Edizioni PensareDiverso
Cenacolo Jung Pauli

Bruno Del Medico

Nangyayari rin ba ito sa iyo?

Ang mga kakaibang pagkakataon, ang forebodings, telepathy, prophetic dreams.

Ang quantum entanglement at ang teorya ng synchronicity ni Carl Jung ay nagpapaliwanag ng mga mahiwagang katotohanang ito.

.

Bruno Del Medico Editore
Edizioni PensareDiverso
edizioni@delmedico.it

Index ng aklat na ito.

Panimula sa teksto.

Naunawaan ng sangkatauhan mula noong unang pag-unlad ng kamalayan na ang ilang mahahalagang kaganapan ay hindi dahil sa pagkakataon. Ang mga hindi maipaliwanag na pangyayari ay mga senyales mula sa mas mataas na antas ng pilosopikal o banal. Ang katalinuhan na ito ay naglalayong makipag-usap sa mga budhi ng tao.

Sa kasamaang palad, ang mga paniniwalang ito ay napawi ng materyalistikong agham sa nakalipas na tatlong siglo. Ngunit noong 1980, ipinakita ng mga eksperimento sa quantum physics na ang uniberso ay hindi lamang gawa sa materya kundi may bahaging saykiko.

Sa bagong dimensyong ito, ang enerhiya at impormasyon ay walang mga limitasyon sa espasyo o oras.

Kinukumpirma ng quantum physics ang maraming sinaunang insight. Halimbawa, ang konsepto ng "Soul of the World" na binuo ng Greek philosopher na si Plato, pati na rin ang teorya ng "collective subconscious" na binuo ni Carl Gustav Jung.

Iniiwasan ng aklat na ito ang mga pang-agham na pormula at teknikalidad at sinasamahan ang mambabasa sa pag-unawa sa maraming antas na bumubuo ng isang realidad. Sa katunayan, bukod sa pisikal na antas na alam natin, marami pang iba. Halimbawa, mayroong antas ng "quantum", tipikal ng elementarya na mga particle, kung saan nagaganap ang mga phenomena na itinuturing na imposible ng materyalistang agham. Sa larangan ng elementarya na mga particle ay makikita natin ang antas ng "non-locality", kung saan wala na ang oras at espasyo.

Sa landas na ito ng kaalaman kahit na ang mga extrasensory na pagpapakita, tulad ng telepathy at ang pangitain kung ano ang mangyayari sa hinaharap, ay nagiging mahalagang bahagi ng isang nakakagulat na katotohanan.

Random coincidences at makabuluhang coincidences.

Ang coincidence ay binubuo ng dalawang katotohanan o pangyayari na pinagsama-sama upang matukoy ang isang lohikal na pagkakasunod-sunod. Maaaring ito ay sinadya, binalak, o dahil sa mga pangyayari. Ang mga klasikong halimbawa ng ninanais at naka-program na mga koneksyon ay ang mga itinalaga ng mga linya ng transportasyon sa kalsada; sa batayan ng ilang mga timetable, ang pagdating ng isang sasakyan ay sinusundan ng pag-alis ng isa pa. Wala nang mas karaniwan. Pagkatapos ay mayroong mga hindi inaasahang pagkakataon, na nangyayari nang hindi sila binalak. Halimbawa, pumunta ako sa supermarket, pumunta sa deli counter at ang aking reserbasyon ay may numerong 64. Pagkatapos ay pumunta ako sa panaderya at dito rin ang reserbasyon ay may numerong 64. Lahat ay napaka ordinaryo; ang pagkakataon ay maaaring maging kakaiba kung, paglabas, kailangan kong sumakay sa bus 64, kung saan makakatagpo ako ng isang kaibigan na magiging 64 taong gulang sa mismong araw na iyon. Kung pagkatapos, pagkatapos kong mabuo ang aking pinakamahusay na mga hiling, bumaba sa bus, huminto ako sa newsstand sa Via Roma 64, upang bumili ng numero 64 ng aking paboritong magazine, maaari akong mag-isip kung walang kakaiba sa pag-uulit ng numero. 64.

Sa totoo lang, ang mga ganitong pagkakasunud-sunod ay nangyayari sa isang tiyak na dalas, ngunit hindi namin ito napapansin, dahil abala kami sa pag-iisip tungkol sa ibang bagay. Samakatuwid, ang mga pagkakataong ito na nauugnay sa isang numero o katulad nito, kahit na kakaiba, ay lumalampas sa atin at hindi nakakakuha ng kahulugan para sa atin, iyon ay, hindi sila nagiging makabuluhan.

Maaari silang maging sila kung napansin natin ang pag-uulit ng numero at nagsimulang gumana ang utak na nagtataka kung ano ang kahulugan ng lahat ng ito.

Isang lumang litrato.

Si Giovanna B. ay naiinip na. Noong Linggo ng hapon, dahil sa bahagyang pilay, napilitan siyang manatili sa bahay. Pagkatapos mag-leaf sa lahat ng mga libro, at naghahanap ng walang kabuluhan sa

TV para sa isang kawili-wiling palabas, nagpasya siyang gumawa ng isang bagay na kapaki-pakinabang. Halimbawa, maaari niyang isabit ang isang poster na hinihintay niya sa loob ng ilang buwan na mahigpit na nakabalot sa case nito, ngunit tila napakalaking tagumpay nito. Pinili niya ang isa pang maliit na trabaho na nais niyang tapusin sa loob ng maraming buwan, iyon ay, palitan ang lining paper sa kanyang desk drawer.

Malapad at malalim ang drawer. Inilabas niya iyon at sinimulang ilagay ang lahat ng laman sa isang kahon. Habang inilalabas niya ang mga indibidwal na bagay ay namangha siya sa kinaroroonan ng napakaraming maliliit na bagay na inakala niyang nawala.

Nakumpleto ang pag-alis ng laman, nilabas niya ang lumang papel mula sa mga drawing pin na nakahawak dito at nilukot ito para itapon. Sa sobrang sorpresa, natuklasan niya ang isang maliit na parihaba ng papel na nadulas sa ilalim mismo ng lining ng papel: ito ay isang lumang larawan, na nandoon na nakakaalam kung ilang taon na. Sa katunayan, sa larawang iyon ay mas bata si Giovanna at inilarawan kasama ang ilang mga kaibigan sa isang paglalakbay na napetsahan pabalik sa hindi bababa sa dalawampung taon na ang nakalilipas. Sinimulan niyang suriin ang mga karakter na muling ginawa sa larawan na may nostalgia. Oo naman, si Paolo iyon, at iyon ay si Sergio, ang Sguincio, at iyon ay si Arianna na kilala bilang La Micia... Lahat sila ay mga kaibigan na madalas niyang puntahan, kahit na ang lahat, sa ngayon, ay nabubuhay sa iba't ibang sitwasyon..

Pero yung guy between Laura and Silvio, yung chubby, sino siya? Pinilit niyang alalahanin at sa huli ay narito ang kaliwanagan: ngunit oo, ito ay "Pebble". Sa pagtatapos ng mataas na paaralan ay nagbago siya ng lungsod dahil sa pangangailangan ng pamilya sa trabaho at unti-unting humina ang mga kontak at pagkatapos ay nawala.

Sa loob ng mahabang panahon ay abala siya sa pagpapantasya sa yugtong iyon ng kanyang buhay, paaralan, mga kaibigan (mga naalala niya) at ngayon itong Pebble na biglang sumulpot sa nakakainip na hapong iyon. Pinalitan niya ang papel, ibinalik ang drawer at hindi na inisip pa iyon nang gabing iyon.

Kinabukasan, habang ginagawa niya ang ilang mga gawaing bahay sa abot ng kanyang makakaya, tumunog ang telepono. Maniniwala ka ba? Sa kabilang dulo ng linya, isang boses ang nagsimulang magsabi:

"Hi, ikaw ba si Joanna? Hindi ko alam kung naaalala mo ba ako, sabay tayo noong high school at tinawag mo akong Pebble... Kahapon, sa pag-iisip ng mga panahong iyon, gusto kong hanapin muli ang mga dati kong kaibigan. Ang unang numero na nakita ko sa lumang address book ay sa iyo..."

Dalawang hindi nauugnay na katotohanan ay maaaring lumikha ng isang "makabuluhang pagkakataon"..

Malinaw na ang pagkatuklas lamang ng larawan ay sa kanyang sarili ay isang kakaibang katotohanan lamang. Ngunit ang tawag sa telepono sa susunod na araw ay nagtatatag ng isang koneksyon na, para kay Giovanna, ay may "misteryosong kahulugan" at ginagawang makabuluhan ang pagkakataon..

Lahat tayo ay madalas na saksi o bida ng mga katulad na pangyayari; sa una kami ay medyo namangha, ngunit pagkatapos ay napagpasyahan namin na ito ay isang kaso pa rin, kahit na isang mausisa, at ini-archive namin ang lahat sa ilang sulok ng aming isipan.

Sa katotohanan, ang "kakaibang coincidence" ay hindi palaging katumbas ng "ordinaryong pagkakataon". Ito ay ipinapakita sa pamamagitan ng katotohanan na ang ilang mga pagkakataon ay nagdudulot ng mga problema sa ating isipan na nananatiling hindi nalutas sa buong buhay, at paminsan-minsan ay muling lumalabas, na nagpapasigla sa ating pagkamausisa kasama ng isang malabong kahulugan ng misteryo. Pinaghihinalaan namin ang isang komunikasyon na hindi namin natanggap, isang indikasyon o isang mahalagang mungkahi na hindi namin naiintindihan.

Ayon sa kilalang psychotherapist na si Carl Gustav Jung, na nag-aral ng hindi pangkaraniwang bagay na ito sa loob ng mahabang panahon at nagpaliwanag ng marami sa mga teorya na inilarawan sa bandang huli sa aklat na ito, ang mga pagkakataon ay kadalasang dahil sa pagkakataon, ngunit kung minsan ay hindi ito walang kahulugan. Ipinagpalagay ni Jung ang pagkakaroon ng mga pagkakataon na maaaring ituring na makabuluhan o kahit na "natakpan ng kasagradoan", at siya ang lumikha ng pangalan ng "synchronicity" para sa kanila.

Si Jung ay nagkaroon ng merito na siya ang unang nag-aral, ayon sa siyensiya, ang kababalaghan ng mga kakaibang pagkakataon na ang pag-iral ay hindi maitatanggi ng sinuman, na nagbibigay din ng angkop na mga tool para sa pag-unawa kapag ang isang pagkakataon ay maaaring ituring na makabuluhan, o "numinous", kaya nagiging isang synchronicity .

Naturally, hindi sapat ang pagkilala sa pagitan ng mga walang kabuluhang pagkakataon at "kasabay" na mga pagkakataon. Matatagpuan natin na ang mga walang kabuluhang pagkakataon ay bahagi ng pang-araw-araw na buhay at nagmumula sa magkakapatong at interweaving ng ating mga aktibidad sa mga gawain ng mundo sa ating paligid: ang kanilang katangian ay ang pag-iingat natin sa kanila at hindi tayo sinasangkot.

Ang mga makabuluhang pagkakataon, sa kabilang banda, ay nagbubukas ng malaking bintana sa panorama ng misteryo at ipinakilala sa atin ang mga mundong hindi natin pinaghihinalaang umiral. Sa likod ng bawat synchronicity mayroong buong hindi kilalang uniberso upang galugarin, at isang napakalawak na kaalaman na ma-access. Sa kasamaang palad, wala kaming mga mata upang maunawaan ang mga panorama na ito at hindi namin alam ang wika kung saan sinusubukan ng mga synchronicity na makipag-ugnayan sa amin. May mga isyu sa pagsasaayos sa pagitan ng ating isip at ng isip na nag-aayos ng mga pagkakasabay para sa atin.

Isang maliit na estatwa na lumilipad mula sa bintana.

Si Remigia, ang matandang sakristan ng simbahan ng Santi Archangeli, ay muling napagmasdan ang batang babae na, tulad ng madalas na nangyari, pagkatapos pumasok, lumuhod sa huling upuan, sa mga oras na walang mga relihiyosong gawain. Palagi niya itong nakikitang labis na nagdarasal, at napansin din niya ang malungkot nitong ekspresyon. Gayunpaman, noong araw na iyon, naisip niya na nakakita rin siya ng kumikinang na luha, kaya't si Remigia, na naantig ng kanyang likas na kabaitan ngunit pati na rin ng isang tiyak na pag-usisa, ay hinintay siyang bumangon. Habang lumalayo ang babae ay nilapitan siya ni Remigia na sinusubukang simulan ang pakikipag-usap sa kanya, upang alamin ang dahilan ng kanyang discomfort. Sa pamamagitan ng isang magiliw na pagpapalitan ng mga saloobin at opinyon, natipon niya ang kanyang mga kumpiyansa: ang batang babae, na ang pangalan ay Sabrina, ay hindi na masyadong bata at gustung-gusto niyang makahanap ng kasintahan at magsimula ng isang pamilya. Inaliw siya ni Remigia at pinayuhan siya sa abot ng kanyang makakaya, na naalala na kabilang sa kanyang mga tungkulin bilang sakristan ay mayroon ding pagharap sa pagbebenta ng mga souvenir, naisipan niyang wakasan ang isang maliit na estatwa ni San Raffaele, isa sa tatlo. Archangels, na hindi nabenta sa likod ng salamin sa loob ng ilang taon.

"Tingnan mo si Sabrina - sabi niya, na ginagabayan siya patungo sa display case - Imumungkahi kong manalangin ka araw-araw kay San Raffaele, na tiyak na tagapagtanggol ng magkasintahang mag-asawa at pag-iibigan.

Nakikita mo ba ang statuette na ito, na isang kopya ng pilak na orihinal na itinago sa Naples? Inilalarawan nito ang Arkanghel Raphael na may isang binata at isang isda sa kanyang tabi. Ang pangalan ng binata ay Tobias, at siya ay naglakbay upang pakasalan ang isang dalagang nagngangalang Sara.

Sa kasamaang palad, si Sara ay sinapian ng demonyong si Asmodeus, kaya sa tuwing ikasal siya, ang kanyang asawa ay namatay sa gabi ng kasal, at ito ay nangyari nang pitong beses. Ang aming binata, gayunpaman, ay hindi alam na siya ang magiging ikawalo. Sa paglalakbay, si Tobias ay sinamahan ng Arkanghel na si Raphael. Sa isang paghinto ay lumapit siya sa pampang ng isang ilog, kung saan siya ay inatake ng isang malaking isda. Tinulungan siya ni Raffaele na patayin siya at sinabihan siyang kunin ang kanyang atay at itago ito dahil ito ay magdadala sa kanya ng suwerte

Nakarating si Tobias sa kanyang destinasyon at naghanda para ipagdiwang ang kasal. Samantala, inihahanda na rin ng kanyang biyenan ang libingan para sa kanya. Ngunit sa pagkakataong ito ang hukay ay walang silbi. Sa proteksiyon ni Raffaele, nagdasal ang dalawa sa unang gabi. Samantala, sinunog nila ang atay ng isda na nahuli ni Tobit sa ilog sa brazier. Sa ganitong paraan natalo ng dalawang binata ang diyablo. Pinalaya si Sara at namuhay sila ng maligaya sa mahabang panahon.

Makakaasa ka rin kay Raffaele. Ilagay ang estatwa na ito sa bahay, at bigkasin ang panalangin na ibibigay ko sa iyo araw-araw: makikita mo na malapit nang tulungan ka ng Arkanghel.

Isipin na lamang na kahit sa ating mga panahon sa Naples noong Setyembre 29 maraming mga batang babae ang pumupunta sa rebulto upang makahanap ng isang mabuting asawa.

Sumang-ayon si Sabina, binili ang statuette, inilagay ito sa isang kabinet sa bahay at binibigkas ang kanyang panalangin araw-araw. Isang linggo, isang buwan, tatlong buwan...

Hanggang sa, sa ikaapat na buwan, sa isang sandali ng partikular na panghihina ng loob, kinuha niya ang maliit na estatwa at tiningnan ito nang may paghamak na bumubulong, "Ano San Raffaele! Ni hindi niya ako tinulungan!" Sa sinabi nito, itinapon niya sa bintana ang maliit na estatwa.

Makalipas ang ilang minuto narinig niya ang door bell. Binuksan niya ang pinto at nakita niya ang isang kilalang ginoo na, sa bahagyang kahihiyan, ay nagsabi:

"Paumanhin, nakita ko itong figurine na nahulog mula sa isang bintana, sa tingin ko ito ay nanggaling sa apartment na ito, kaya naisipan kong ibalik ito."

Namangha si Sabina, pinaupo siya, inalok ng kape, napag-usapan nila ito at iyon at nalaman ni Sabrina na ang pangalan ng mabait na ginoong iyon ay Giulio, at siya ay walang asawa. Nagpasya silang magkita muli, pagkatapos ay madalas silang lumabas nang magkasama, at sa wakas ay nagpakasal sila.

Psychic synchronicity ni Carl Jung.

Sa kaso ni Sabrina, saan nagsisimula ang coincidence, or rather, the series of coincidences? Kailan nagpasya si Sabrina na pumunta sa simbahan ng mga Banal na Arkanghel araw-araw? Nang si Remigia, na curious, ay pinagtapat kay Sabrina ang kanyang mga problema sa kanya? O kapag ang isang maliit na estatwa ay nawala nang hindi nabenta sa loob ng maraming taon? O kapag dumaan si Giulio sa ilalim ng bintana tulad ng itinapon ni Sabrina ang figurine?

Kami ay nakikitungo sa maraming mga katotohanan, hindi konektado sa isa't isa at sa halip ay diluted sa oras, ngunit kung isasaalang-alang namin ang lahat ng sama-sama sila ay magkakaroon ng kahulugan, iyon ay, ang mga ito ay nagiging makabuluhan: sa kabuuan, sila ay bumuo ng isang synchronicity.

Ang "Mahalaga" ay isang termino para sa pagtukoy sa isang bagay na nagpapahiwatig o nagpapahayag ng kahulugan. Mahalaga ang isang katotohanan kapag kinakatawan nito ang "sign", ang "pahiwatig" ng isang bagay. Ang isang makabuluhang katotohanan ay mahusay magsalita, kapansin-pansin, may kaugnayan.

Ang ibig sabihin ng "Numinous" ay: "napapalibutan ng isang aura ng kabanalan". Ito ay kumakatawan sa isang bagay na nagbibigay inspirasyon sa parehong takot at pagpipitagan.

Sa aming kaso, malinaw naman, ang pagiging sagrado ay hindi nagmula sa pangyayari na pinag-uusapan natin ang tungkol sa estatwa ng isang santo, ngunit may mas malawak na kahulugan, iyon ay, ipinapahiwatig nito ang katotohanan bilang karapat-dapat sa partikular na paggalang at may kakayahang magdulot ng espirituwal na takot.

Ang dalawang episode na ipinakita ko, ang kay Giovanna at ang kay Sabrina, ay parehong maituturing na synchronistic na mga episode, dahil ang kanilang mga katangian ay tumutugma sa mga ipinahiwatig ni Jung upang malaman kung ang isang episode ay synchronistic o hindi. Ayon kay Jung, ang mga katangian ng isang synchronicity ay higit sa lahat tatlo.

Ang unang tampok ay ang dalawa o higit pang mga katotohanan na bumubuo sa synchronicity ay hindi nauugnay sa isang sanhi at epekto na relasyon. Sa halimbawang nakita lang, maliwanag na ang tawag sa telepono na natanggap mula kay Ciottolo ay hindi bunga ng pagkatuklas ni

Giovanna sa larawan, tulad ng paghagis ni Sabrina sa rebulto at ang daanan sa ilalim ng bintana ni Giulio ay hindi resulta ng isa pa.

Ang pangalawang tampok ay ang mga katotohanan ay sinamahan ng emosyonal na reaksyon ng mga nasasangkot. Sa unang kaso, nagtataka si Giovanna tungkol sa kung ano ang mahirap niyang tukuyin bilang kaswal. Sa ; ikalawang kaso Sabrina ay kaya kawili-wiling kasangkot na siya ay makakakuha ng upang mapangasawa Giulio.

Ang ikatlong katangian ay ang simbolikong katangian ng mga katotohanan, na nagpapahirap sa kanila na maunawaan; ngunit kahit na nabigo ang isa na maunawaan kung bakit nangyari ang mga ito, nadarama ng isa na nagtatago sila ng ilang kahulugan na kailangang matukoy. Gaya ng gusto ni Jung, ang mga katotohanang ito ay may "numinous, sacral" na karakter.

Kolektibong walang malay at archetypes.

Upang lubos na maunawaan ang konsepto ng synchronicity dapat nating bungkalin ang mga teorya ni Jung sa pamamagitan ng pagpapakilala ng argumento kung wala ang kanilang pinagmulan o paggana ay hindi mauunawaan. Itinuro ni Jung ang isang konsepto, o entidad, na ganap na bago sa ebolusyon ng pag-iisip ng tao, at tinawag itong "collective subconscious". Sa kanyang mga pag-aaral, si Jung ay nag-hypothesize na ang psyche ng tao ay maaaring isipin na naiiba sa tatlong antas.

Ang antas ng kamalayan, o kamalayan

Ang una ay ang antas ng kamalayan, o kamalayan. Lahat ng alam natin tungkol sa ating sarili at kapaligiran sa ating paligid ay matatagpuan dito. Sumulat si Carl Jung.

> "... Ang aking thesis, samakatuwid, ay ang mga sumusunod: bilang karagdagan sa aming agarang kamalayan, na ganap na personal, kahit na idagdag namin ang personal na hindi malay bilang isang appendage, mayroong

isang pangalawang sistema ng saykiko ng isang kolektibo, unibersal at impersonal. kalikasan, na ito ay magkapareho sa lahat ng mga indibidwal. Ang sama-samang walang malay na ito ay hindi umuunlad nang paisa-isa, ngunit namamana. Ito ay binubuo ng mga umiiral nang anyo, ang mga archetypes, na maaari lamang magkaroon ng kamalayan sa ibang pagkakataon."

"The collective unconscious is a part of the psyche. It can be distinguished from the personal unconscious by the fact that it does not owe its existence to personal experience and therefore is not a personal acquisition.

The Individual unconscious is essentially made up of contents that were present in the consciousness, but then disappeared because they were forgotten or removed.

Instead, the contents of the collective unconscious have never been present in consciousness and therefore have never been acquired individually, but owe their existence exclusively to inheritance.

The individual unconscious consists mainly of complexes. Instead, the content of the collective unconscious is essentially formed by archetypes.

My thesis, therefore, is the following. There is a first psychic system, which includes our individual consciousness. It also includes the personal unconscious. Beyond this, there is a second psychic system of a collective and universal nature, which does not refer to the individual sphere but is identical in all individuals.

This "collective unconscious" does not develop in individuals, but is inherited. The collective unconscious consists of "pre-existing forms", the archetypes. "

Samakatuwid, ayon kay Jung, mayroong isang antas ng kamalayan na inilalagay sa labas ng ating isipan, hindi nakakulong sa ating braincase ngunit hiwalay sa ating pagkatao at independiyente sa ating pisikalidad. Ito ay isang psychic level na hindi matatagpuan kahit saan. Ito ay hindi "isang bagay" na may haba, lapad, taas, at bigat na maaaring kunin mula dito at ilipat doon. Sa madaling salita, ang kolektibong subconscious ay, umiiral, sa parehong paraan tulad ng ating kaluluwa o edad ng isang puno o ang daloy ng tubig sa isang ilog. Walang makakakita o matimbang ang ideya ng edad ng puno o ang daloy ng ilog, ngunit hindi maikakaila na naroroon sila.

Ang kolektibong subconscious ay isang ganap na saykiko na katotohanan na naglalaman ng mga karanasan ng lahat ng tao at kung saan ang lahat ng tao ay maaaring gumuhit. Ang lahat ng karanasan ng sangkatauhan ay naroroon sa kolektibong hindi malay sa anyo ng mga archetypes. Ngayon sasabihin namin na ang lahat ng impormasyon na may kaugnayan sa sangkatauhan ay naka-imbak sa anyo ng mga file na tinatawag na archetypes.

Dahil ang lahat ng tao ay maaaring makipag-ugnayan sa mga archetypes ng kolektibong subconscious, ito ay sumusunod na tayo ay nagtataglay ng maraming kaalaman na hindi natin nararanasan.

Habang isinusulat ko ang mga salitang ito, mayroong diksyunaryo at grammar checker na nakapaloob sa aking sistema ng pagsulat sa aking computer. Hindi kó pinapansin ang pagkakaroon ng sistemang ito, hanggang sa magkamali ako sa pagsusulat. Kapag nagkamali ako, inaabisuhan ako ng system. Sa unang ilang beses na nakatayo ako habang tinitingnan ang maliliit na salita na may salungguhit na pula ng programang "Word", at hindi ko maintindihan kung bakit. Unti-unti akong nasanay at napansin kong may error ang pulang salungguhit, kahit na hindi nito tinukoy kung anong error iyon. Magiging kawili-wili kung ang pinakamagandang preposisyon ng aking mga sinulat ay lumitaw na may salungguhit sa asul, upang ipahiwatig ang kasiyahan ng ilang mahiwagang seksyon ng software. Marahil ay hindi ko pa rin maintindihan, dahil ang computer ay nagpapahayag ng sarili sa mga form na hindi agad naiintindihan.

Ang mga synchronicity ay isang bagay na tulad nito. Ito ay mga senyales na dumarating sa atin mula sa isang grammar checker na nakalagay na nakakaalam kung saan, na nakakalat sa isang napakalawak na ulap, na natatanggap natin sa isang wika na mahirap maintindihan. Kung minsan ang mga archetype ay bumababa mula sa kolektibong hindi malay at naimpluwensyahan ang ating kamalayan. Bumubuo ito ng mga episode na mahirap maunawaan. Naiintindihan namin ang pagkakaroon ng isang nakatagong kahulugan, ngunit hindi namin naiintindihan nang eksakto ang kahulugan ng mensahe.

Isang ideya na kasing edad ng tao.

Nagkaroon ng bentahe si Jung na ilantad ang kanyang tesis sa kolektibong hindi malay ayon sa pamantayan ng mahigpit na pang-agham, ngunit ang ideya ay hindi nangangahulugang bago. Mula sa bukang-liwayway ng sangkatauhan at mula noong unang pagpapakita ng pag-iisip ng tao na maaari nating malaman ngayon, ang paniniwala sa isang mas mataas na antas ng saykiko ay maliwanag, isang mundo ng "mga ideya" na hindi nakakonekta sa materyal na katotohanan ngunit karaniwang nangingibabaw dito.

Sa tuwing may natukoy na pagka-diyos sa mga likas na bagay, tulad ng araw o buwan, ang isang testamento ay palaging iniuugnay sa bagay na iyon. Ang araw ay sumisikat at lumulubog araw-araw upang bigyan ng buhay ang lupa, ngunit ito ay may kalooban kung saan maaari rin itong magpasiya na huwag gawin ito: kaya't kailangan itong igalang, bigyang-pugay ito, at pagkatapos ay mag-organisa ng isang kulto at mag-alay ng mga sakripisyo para mapasaya ito.

Ang mga paniniwala ng mga relihiyong animistang Paleolitiko at Neolitiko ay nabago sa lalong madaling panahon, sa klasikal na panahon ng sinaunang Greece, sa isang mas pinong konsepto, na sa Kaluluwa ng mundo (kilala rin, sa Latin, bilang Anima Mundi). Ito ay isang pilosopikal na termino na ginamit ng mga Platonista upang ipahiwatig ang sigla ng kalikasan sa kabuuan nito, iyon ay, itinuturing na katulad ng isang buhay na organismo. Gayunpaman, sa parehong oras, ang kaluluwa ng mundo ay malapit na nauugnay sa kaluluwa ng bawat isa; samakatuwid, ito ay nagpapahiwatig ng isang uniberso kung saan ang lahat ay iisa. Gayunpaman, sa kakaibang uniberso na ito ang lahat ng sariling katangian ay napanatili.

Sa pakikipagtulungan kay Wolfgang Pauli (Nobel prize para sa physics) ginalugad ni Jung ang posibilidad na ang mga konsepto ng Archetype at Synchronicity ay maaaring maiugnay sa isang realidad na tinukoy niya bilang "Unus mundus", kung saan ang lahat ay umuusbong at kung saan ang lahat ay nagbabalik; tiyak, pareho ang konsepto ng Anima mundi na nagmula sa monismo ni Plato at pinalawak ng mga Neo-Platonista.

Ang mga pilosopiya at relihiyon ay saganang gumawa ng sarili nilang konsepto ng Kaluluwa ng mundo, na ngayon ay makikita natin na may iba't ibang pangalan kapwa sa pilosopiyang Silangan (ang Tao ng kulturang Tsino, o ang Ātman ng kulturang Indian) at sa relihiyong Kanluranin (Diyos, ang Espiritu Santo). Mayroon ding napakaraming di-relihiyosong paraan ng pagtukoy sa katotohanang ito: Universal Mind, Global Consciousness, World Spirit. Sa pagsasalita tungkol sa kolektibong hindi malay, tandaan namin na mayroong malakas na pagkakatulad sa lahat ng mga nilalang na ito.

Ang mga archetypes.

Ang kolektibong subconscious ay nagbubunga ng maraming pagkakatulad sa mga konsepto na binuo sa kurso ng ebolusyon ng kultura ng tao. Ang isa pang konsepto na naka-link sa Jungian collective subconscious, na ng archetypes, ay bubuo din ng maraming pagkakatulad. Ang mga archetype ay mga konseptong kategorya na naa-asimilasyon sa mga archaic na istruktura gaya ng mga tipikal ng mga mito at relihiyon, ngunit gayundin sa mga fairy-tale character ng popular na kultura. Sa katunayan, si Jung mismo ay hindi nag-aangkin na nagmungkahi ng anumang bago, ngunit kinikilala na ang kanyang mga archetype ay maaaring ituring na katulad ng mga pangunahing mitolohiko motif ng bawat makasaysayang panahon at bawat lahi ng tao.

Samakatuwid, ang mga archetype ay maaaring walang katapusan, tulad ng kakayahan ng pag-iisip ng tao na makabuo ng tunay o kamangha-manghang mga sitwasyon ay walang katapusan; mula sa archetype ng kamatayan hanggang sa takot hanggang sa kalupitan hanggang sa awa, pagkatapos ay dumaan sa lahat ng mga pangitain na nagmula sa ating mga panaginip, kung saan ang mga figure ay nagiging mga simbolo at samakatuwid ay archetypes, tulad ng kabayo, spider, ang paglukso sa walang laman o hinahabol tayo ng lobo.

Ang anumang pigura na naiisip ng ating isip ay naroroon bilang isang archetype sa kolektibong hindi malay, na may kahulugan na hindi tumutugma sa pigura mismo sa katotohanan, ngunit may simbolikong halaga. Halimbawa, ang kabayo ay isang simbolo ng pagnanais na maglakbay sa mga espirituwal na mundo.

Si Plato mismo ay naniniwala na ang mga archetype ay isang bagay na nahuhugot natin nang walang direktang karanasan sa mga ito, ngunit iniuugnay niya ito sa katotohanan na, ayon sa kanya, nakita na natin ang mga ito bago tayo isinilang. Upang suportahan ang teoryang ito ay ginamit niya ang doktrina ng paggunita. Ang ating kaluluwa, bago bumaba sa katawan, ay nanirahan sa Mundo ng mga Ideya kung saan nakuha nito ang kaalaman; sa sandaling bumaba sa isang katawan ang kaluluwa ay nagpapanatili ng kaalamang ito. Kaya't sinabi ni Plato na "Ang pag-alam ay pag-alala" bilang magkakaroon tayo ng likas na kaalaman.

Ang kolektibong subconscious ni Jung ay isang lugar kung saan ang mga ideya (archetypes) ay hindi nakikita at naa-access sa ating kaluluwa bago ipanganak, ngunit lumilitaw at kumikilos sa ating indibidwal na walang malay sa buong buhay natin. Minsan isinasaalang-alang namin ang mga archetype bilang pangkalahatan at abstract na mga konsepto. Hindi sila itinuring ni Jung na ganoon, dahil ang abstractness ay walang anyo. Siya, sa kabilang banda, ay naniniwala na sila ay may kakayahang kumuha ng mga porma upang ipakita ang kanilang sarili. Dahil sila ay may kakayahang gumawa ng mga anyo at nagpapakita ng kanilang mga sarili sa ating walang malay, ang mga archetype ay pinagmumulan ng psychic energy, na handang ilabas ang kanilang potensyal sa atin sa pamamagitan ng mga panaginip, mga pagkakataon, premonitions o intuitions. Ang lahat ng mga phenomena na ito ay bumubuo ng batayan ng mga synchronistic na yugto.

Ang pagkakaiba sa pagitan ng kuru-kuro ni Plato, ayon sa kung aling mga ideya ay kilala ng kaluluwa bago bumaba sa katawan, at ni Jung, ayon sa kung saan ang mga archetype ay nakikipag-ugnayan sa indibidwal na hindi malay sa panahon ng buhay, ay mas maliwanag kapag isinasaalang-alang ng isang tao na ang The action of archetypes ay nagaganap. higit sa lahat sa mga sandali ng stress, krisis at pagbabago.

Sa katunayan, ang may malay na bahagi ng tao, na mas makatwiran at may hilig na tumanggap ng mga kompromiso sa realidad ng buhay, ay patuloy na nakikipagpunyagi sa hindi malay, mas likas at mapanlikha, na kadalasang gustong makisali sa mga pag-uugaling hindi pinag-isipan.

Bilang resulta, ang kamalayan ay nagtatayo at nagpapanatili ng isang matatag na hadlang upang mapanatili ang pagbuga ng subconscious sa bay. Ito ay hindi palaging isang magandang bagay at hindi ito palaging gumagana. May mga pagkakataon na ang hadlang ay umaalog o gumuho.

Ito ay mga sandali ng umiiral na krisis, tulad ng pagkawala ng trabaho, o pagtatapos ng isang relasyon, o pagkawala ng isang mahal sa buhay. Sa mga kasong ito, ang makatuwirang konsensiya ng indibidwal ay nababagabag, hindi niya nauunawaan ang nangyayari, nagtataka siya tungkol sa pagiging tama ng kanyang sariling paniniwala at nagtataka kung saan siya nagkamali. Ang ordinaryong katwiran ay bumabangga sa isang realidad na hindi niya akalain na hilaw at masakit. Sa mga kasong ito, ang mga depensa ay ibinaba, ang hadlang ay tumigil na hindi malulutas at ang mga materyal na saykiko ay dumadaloy mula sa hindi malay na maaaring magkaroon ng anyo ng synchronicity.

Samakatuwid, sa kanyang sarili, ang isang synchronicity ay palaging kasama ng isang pangangailangan para sa pagbabago, o inihayag ito, o iminumungkahi ito, ngunit kadalasan ay ginagawa ito sa simbolikong anyo, na may isang wika na lubhang mahirap maintindihan.
Kabilang sa mga halimbawa na idodokumento ni Jung, ang pinakasikat ay marahil ang nangyari sa panahon ng paggamot sa isa sa kanyang mga pasyente. Sa kanyang sanaysay na "Synchronicity as a principle of acausal nexus" na inilathala noong 1952, inilarawan ni Jung ang kaganapan tulad ng sumusunod:

> "Isang kabataang babae, ang aking pasyente, ay nagkaroon ng panaginip sa isang tiyak na sandali sa kanyang paggamot. Sa panaginip ay nakatanggap siya ng isang gintong scarab bilang regalo. Habang sinasabi niya sa akin ang panaginip na ito, umupo ako nang nakatalikod sa nakasaradong bintana. Bigla akong nakarinig ng ingay sa likod ko, parang may kumakatok ng mahina sa bintana. Lumingon ako at nakita ko ang isang may pakpak na insekto na nakabangga sa bintana mula sa labas. Binuksan ko ang bintana at nahuli ang bug. Ito ang pinakamalapit na

pagkakatulad sa isang ginintuang salagubang na makikita ko sa ating mga latitude, katulad ng isang salagubang, isang Cetonia aurata, ang karaniwang rose beetle, na maliwanag na noon lang ay napilitang tumagos, salungat sa mga gawi nito, sa isang madilim na silid. Dapat kong idagdag na ang ganitong kaso ay hindi kailanman nangyari sa akin bago o mula noon; kahit na ang panaginip ng pasyente ay nanatiling isang natatanging katotohanan sa aking karanasan."

"One patient had a dream at a decisive moment in the therapy. In the dream the young woman received a gold beetle as a gift. While she was telling me this dream, I was sitting with my back to the closed window.

Suddenly I heard a noise behind me, as if something was knocking softly against the window.

I turned and saw a winged insect that, from outside, bumped against the window. I opened the window and caught the insect. It was very similar to a gold beetle, that is, to a "Cetonia aurata", the beetle of roses.

Evidently, the insect had felt impelled, at that very moment, to enter our dark room. This, contrary to his habits.

I must add that such a case had never happened to me before and it never happened to me afterwards; That dream of the patient remained a unique fact in my experience. "

Pagkatapos ay nagkomento si Jung na ang babae ay isang napakahirap na pasyente, na hanggang sa araw na iyon ay hindi nakagawa ng isang hakbang pasulong. Siya ay isang napaka-rasyonalistang babae sa kanyang mga paniniwala, at isang hindi makatwiran na kaganapan ay kinakailangan upang yugyugin siya, ngunit hindi nagawa ni Jung. Ang panaginip ng salagubang ay humanga sa babae at nagsimula nang kumain sa kanyang panloob na panlaban. Gayunpaman, nang si Cetonia Aurata ay aktwal na pumasok sa bintana:

> "ang natural na kakanyahan nito ay nagawang masira ang sandata at gayundin ang proseso ng pagbabagong-anyo na kasama ng lunas ay nagawang magpatuloy sa unang pagkakataon".
>
> *"Its natural essence succeeded in breaking the armor and the process of transformation that must always accompany a therapy, began to take off".*

Sa sumunod na pangyayari, ipinaliwanag ni Jung ang kaganapan sa psychotherapeutic terms at inilalarawan kung paano napatunayang epektibo ang episode para sa pagbawi ng pasyente. Angkop niyang itinuro na ang salagubang ay isang klasikong simbolo ng muling pagsilang. Ayon sa paglalarawan sa sinaunang aklat ng Egypt na Am-Tuat, ang Diyos ng Araw, sa kanyang paglalakbay pagkatapos ng kamatayan, sa ikasampung istasyon ay binago niya ang kanyang sarili bilang salagubang at sa anyong ito ay umakyat siya sa ikalabindalawang istasyon, sa bangkang nagdadala sa kanya, binago, sa langit ng bukang-liwayway upang muling ipanganak sa bagong araw.

Paano nangyayari ang mga synchronicity episode.

Ang mga pagkakasabay ay nangyayari bigla, sa buhay ng isang tao, kapag ang kanilang may sakit na pag-iisip ay nakakakita ng ilang pagkakatulad sa pagitan ng kanilang mga pangangailangan at ang mga archetype na maaari nilang ma-access sa pamamagitan ng kanilang walang malay. Sa katunayan, ang mga archetype ay naroroon na sabik na makipagtulungan sa kapakanan ng indibidwal. Ang ilang mga teorya ay nagtatalo na ang mga archetype ay may kakayahang mamagitan nang awtonomiya sa kaso ng umiiral na pagdurusa.

Malaki ang pagkakaiba. Sa unang kaso, ang isang saykiko na lalagyan ay dapat na mula sa kung saan ang impormasyon na palaging nakaimbak at magagamit upang magamit ay maaaring makuha. Sa pangalawang kaso, gayunpaman, ang pagkakaroon ng isang mas mataas na Intelligence na may kakayahang malaman ang mga pangangailangan ng mga indibidwal at may kakayahang magsasarili na mamagitan upang tulungan sila ay prefigured.

Sa karamihan ng mga kaso ang pangalawang hypothesis ay tila mas malamang. Sa pagsusuri sa iba't ibang mga kaso ng pagkakasabay, lahat tayo ay maaakay upang tukuyin ang isang direksyon, o maging ang presensya ng isang unibersal na Espiritu, tiyak na isang Kaluluwa ng mundo, na may kakayahang gawin ang sarili nito na naroroon at kumikilos pabor sa lahat ng mga nilalang, nang walang mga limitasyon ng espasyo at oras.

Sa ganitong paraan ang uniberso ay nagiging isang bagay na magkakaugnay, magkakaugnay (nakakabit) sa bawat bahagi nito, upang bumuo ng isang bagay sa kabuuan. Ang tao, kahit na sa kanyang sariling katangian, na nasa kanyang kaakuhan, ay nagiging isang molekula, bahagi ng isang mas malaking organismo, ang matalinong Cosmos, na nagpoprotekta at gumagabay sa kanya sa pamamagitan ng magkakasabay na mga yugto.

Tinawag ni Jung ang pinag-isang katotohanan ng bagay at isip na "psychoid." Ito ay isang antas na nasa itaas ng bagay at pag-iisip, ngunit kabilang ang pareho.

Bukod dito, tulad ng nakita natin sa mga nakaraang halimbawa, ang kolektibong hindi malay ay hindi katulad ng isang inert na bodega, ngunit tila nagtataglay ng isang katalinuhan na pinalawak sa nakaraan at hinaharap, na hindi maipaliwanag ayon sa aming mga kategorya ng pag-iisip. Nakasanayan na natin ang isang mundo kung saan ang mga bagay ay sunod-sunod na nangyayari, at ang bawat pangyayari ay ang kinahinatnan ng isang nakaraang pangyayari at ang sanhi ng isang kasunod na pangyayari.

Sa antas ng kolektibong walang malay, ang impormasyon ay bumababa din patungo sa budhi sa isang baligtad na pagkakasunud-sunod, tulad ng kapag ang isang premonisyon ay nagbabala sa atin ng isang bagay bago ito mangyari. Minsan ang isang "telepathic na tawag" ay nagsasabi sa atin ng kasalukuyang panganib ng isang mahal sa buhay na daan-daang milya ang layo. Ito ay nangyayari sa mismong sandali kung kailan ang panganib ay naroroon.

Mayroong libu-libong mga testimonya ng mga tao na gumising na may simula sa kalagitnaan ng gabi, bilang biktima ng isang bangungot, habang ang isang mahal sa buhay ay inaatake o nasasangkot sa isang aksidente. Mayroon ding hindi mabilang na mga patotoo ng kamalayan ng pagkamatay ng isang malayong tao, tulad ng nangyayari.

Maaari nating ibuod ang mga tipikal na katangian ng isang synchronistic na phenomenon sa mga sumusunod na ilang pahayag.

Ang synchronicity ay ang resulta (sum) ng dalawa o higit pang pangunahing katotohanan na walang kaugnayan sa isa't isa, na nakakakuha ng kahulugan para lamang sa taong tumatanggap ng synchronicity.

Sa isang banda, saanman sa mundo at sa anumang sandali na maaaring maiugnay sa simbolikong paraan, ang isang tao ay tumatanggap ng isang walang malay na imahe sa anyo ng isang panaginip, premonition, telepathic na tawag, biglaang ideya, direkta o simbolikong imahe.

Saanman, saanman sa mundo at sa isang panahon na maaaring maiugnay sa simbolikong paraan, ang isang pangyayari o katotohanan ay kasabay ng walang malay na imahe.

Tadhana o "synchronicity"?

Ang Amerikanong manunulat na si Louis L'Amour, (pseudonym ng Louis Dearborn LaMoore) ay nagsasabi sa kanyang website ng hindi kapani-paniwalang kuwento ni Mrs. Sarah Richley, isang tahimik na maybahay na ang anak na si Peter ay naglinang ng labis na pagkahilig sa dagat. Minsan ang isang may sapat na gulang na si Peter, sa kabila ng salungat na opinyon at mga alalahanin ng kanyang ina, ay nagpasya na sumakay at gugulin ang kanyang buhay sa elementong mahal na mahal niya. Parehong sa kapabayaan at kahirapan ng mga naglalakbay sa dagat upang mapanatili ang pakikipag-ugnayan sa mainland, nawalan ng ugnayan ang mag-ina.

Ito ang prologue, pagkatapos kung saan ang kuwento ay nagbukas sa dalawang yugto.

Sa una, sapat na hindi kapani-paniwala sa sarili nitong, babalikan natin ang pakikipagsapalaran na naranasan ni Pedro sa isa sa kanyang mga paglalakbay, noong 1829. Ito ay mga totoong pangyayari, masikap na iniulat sa mga rehistro ng hukbong-dagat at isinalaysay sa ikapitong tomo ng Great Encyclopedia of the Sea na inilathala sa Italy ni Armando Curcio at sa direksyon ng sikat na documentary maker na si Folco Quilici.

Ang Hindi Kapani-paniwalang Kwento ni Sarah Richley, Act I

Noong Oktubre 1829 ang Australian schooner Mermaid ay naglayag mula Sydney patungong

Collier Bay sa kanlurang Australia. Ang barko, sa ilalim ng utos ni Samuel Nolbrow, ay mayroong 18 crew, kabilang si Peter Richley, at nagdala ng tatlong pasahero. Sa ika-apat na araw ng pag-navigate, nang ang bangka ay nasa napakadelikadong Torres Strait, sa pagitan ng Australia at New Guinea, nangyari ang hindi na mapananauli.

Lumapit ang mga nagbabantang ulap. Bumagsak ang hangin at tumigil ang barko. Sa kalagitnaan ng gabi ay bumangon ang isang marahas na bagyo. Ang barko ay paulit-ulit na hinampas sa isang coral reef at nabasag sa kabila ng desperadong pagsisikap ng mga tripulante. Iniwan ng 21 lalaki ang pagkawasak at tumalon sa dagat at lumangoy hanggang sa makarating sila sa isang bato. Ang kapitan, na huling dumating, ay natagpuan na ang lahat ng 21 ay ligtas.

Tatlong araw at tatlong gabi sila sa bato, hanggang sa nakita sila ng brig Swiftsure na dumaan sa lugar at kinuha sila, pagkatapos ay nagpatuloy sa ruta nito. Pagkatapos ng limang araw, gayunpaman, ang Swiftsure ay bumangga din sa isang magulong agos at nawasak.

Lahat ng sakay ay dali-daling umalis sa barko. Muli na namang naligtas ang lahat dahil ang schooner na Gobernador Ready sa lalong madaling panahon ay dumaan, kasama ang 32 tripulante, na sumundo at nag-host sa mga nakaligtas sa dalawang barkong naunang lumubog.

Nakalulungkot, hindi pa tapos ang mga negatibong pangyayari. Ipinagpatuloy ng schooner ang paglalakbay nito, kahit na mabigatan ng napakaraming tao na sakay. Makalipas ang ilang oras, may walang ingat na nagsindi ng apoy, na naging wildfire. Sa kasamaang palad, hindi naapula ang apoy at ang lahat ng mga tripulante ng Mermaid, Swiftsure at Governor Ready ay napilitang magsiksikan sa mga lifeboat.

Gayunpaman, kahit na sa pagkakataong ito ang mga nakaligtas, iyon ay ang lahat, ay nakapagpasalamat sa suwerte dahil hindi nagtagal ay lumitaw ang silhouette ng Australian cutter Comet sa abot-tanaw.

Sa pamamagitan ng isang solong pagkakataon, ang isang bagyo ay nagtulak sa Comet sa landas, kaya na, sa pamamagitan ng pagkakataon, nakita niya ang mga lifeboat ng mga castaways.

Nang malaman ng mga mandaragat ng Comet na ang mga taong iyon ay biktima ng tatlong pagkawasak ng barko nagsimula silang magsisi na nailigtas sila, ngunit sa ngayon ay nakasakay na sila. Gayunpaman, isang klima ng matinding tensyon ang bumangon na pinalakas ng pagdududa na ang isang masamang kapalaran ay sinamahan ng mga taong iyon, at ang isa pang sakuna ay maaaring maulit. Hindi sila nagkamali. Pagkatapos ng limang araw sa dagat, nawasak din ang Kometa. Sa pagkakataong ito ay walang mga lifeboat para sa lahat, kaya marami ang kailangang manatili sa tubig na nakakapit sa mga labi ng lumubog na barko. Napilitan silang maghintay ng 18 araw, bago iligtas ng isang Australian Postal Service steamer, ang Jupiter.

Hindi kapani-paniwala, pagkatapos ng hindi bababa sa apat na pagkawasak ng barko ay walang mga biktima sa kanila: sa katunayan, walang sinuman ang nasugatan maliban sa kaunting mga contusions na nakikita sa gayong mga pangyayari.

Sa lahat ng ito marahil ay napatahimik ni Peter Richley ang kanyang pagnanasa sa paglalayag. Tila tapos na ang lahat, ngunit ... hindi pa. Maya-

maya, bumangga din sa bato ang steamer na Jupiter at lumubog.

Sa kabutihang palad, hindi kalayuan sa huling pagkawasak na ito ay nasa ruta ang pampasaherong barko na City of Leeds na muling nagligtas sa lahat ng mga beterano mula sa limang pagkawasak ng barko, at sa wakas ay dinala sila nang ligtas sa Sydney kung saan maaari silang bumaba at sabihin ang kanilang pakikipagsapalaran.

Ang tagapagsalaysay, na nagtatapos sa kanyang kuwento sa Encyclopedia of the sea, ay nagkomento ng mga sumusunod:

"Nagkataon lang? Marahil.. Gayunpaman may mga kaso kung saan tila ang isang madilim na nilalang ang nagmamanipula ng mga kaganapan. Ang entidad na ito ay sadyang nagdidirekta ng mga kaganapan patungo sa mga layunin na mukhang napakaganda ng tao..."

Dito nagtatapos ang pagsasalaysay na tinukoy natin bilang unang kilos.

Para kay Peter Richley, gayunpaman, ang pagsasalaysay ay hindi natapos dahil ang aming marino, bago bumaba, habang siya ay nakasakay pa sa huling barko, ay natagpuan ang kanyang sarili na kasangkot sa pangalawang aksyon na, kung maaari, ay mas hindi kapani-paniwala kaysa sa una.

Ang Hindi Kapani-paniwalang Kwento ni Sarah Richley, Act II

Muli naming talakayin ang pagsasalaysay ng manunulat na si Louis L'Amour. Sa pagkakataong ito, nangyayari ang lahat sa sakay ng pampasaherong liner ng 'City of Leeds'.

Ang barkong ito, na umalis mula sa United Kingdom at patungo sa Sydney, ay nagdala ng mga pasahero ng iba't ibang background na interesadong makarating sa Australia para sa iba't ibang dahilan. Isinasaalang-alang ang malaking abala ng paglalakbay sa oras na iyon, ang mga manlalakbay ay halos mga kabataan, o sa anumang kaso ay matatag at nasa mabuting kalusugan. Dahil dito, ang doktor ng barko ay hindi nakatagpo ng malalaking problema sa pagsasagawa ng kanyang trabaho.

Gayunpaman, sa pagtawid na ito, nahihirapan ang doktor. Sa katunayan, isang matandang babae na naglalakbay nang mag-isa ay minsan nang bumagsak sa bigat ng mga taon at mga sakit, at ngayon ay naospital sa infirmary ng barko. Ilang beses tinanong ng doktor ang babae:

"Ngunit bakit ikaw, isang matandang babae, ay gustong gawin ang paglalakbay na ito mula sa Inglatera patungong Australia?"

Sumagot ang matandang babae sa pamamagitan ng pag-uulit na hindi niya narinig ang tungkol sa kanyang anak sa loob ng maraming taon. Nalaman niya kamakailan na ang kanyang anak ay nagsasagawa ng kanyang trabaho sa mga ruta sa baybayin ng Australia, kaya nagpasya siyang sumakay upang hanapin siya. Sa bawat oras na ang matandang babae ay naglalabas ng isang lumang larawan mula sa kanyang pitaka upang ipakita sa doktor ang mukha ng kanyang anak.

“Ito ang anak ko. Sapat na para sa akin na makita ito muli at pagkatapos ay maaari akong mamatay nang payapa. Tulungan mo ako, doktor." Ang doktor ay isang sensitibong tao at nais na tulungan ang babae, ngunit hindi alam kung paano.

Di-nagtagal pagkatapos ng isa sa mga paulit-ulit na panayam na ito, binayaran ng doktor ang isang follow-up na pagbisita sa ilan sa mga castaways. Habang nasa kanyang mga mata pa rin ang larawan ng kanyang nawawalang anak, natagpuan niya ang kanyang sarili na nakaharap sa isang marino na ang mga katangian ay halos magkatulad. Maitim na buhok, mataas na noo, aquiline nose, manipis na labi at bigkas na baba. Sa mababaw na pagsusuri ang binata na ito ay maaaring ituring na halos kapareho ng litrato. Kahit na ang edad ay maaaring tumutugma. Isang ideya ang sumagi sa kanya: bakit hindi ipakilala ang binatang ito sa matandang babae, na ang paningin ay hindi na perpekto, upang ang mabait na panlilinlang na ito ay magpapahintulot sa kanya na wakasan ang kanyang buhay sa kapayapaan?

Ipinaliwanag niya ang lahat sa binata at tinanong siya kung gusto niyang ipahiram ang kanyang sarili sa papel na ito. Ang binata, gayunpaman, ay talagang ayaw tumanggap ng pakikipagsabwatan sa panlilinlang na iyon.

"Kung tutuusin, gagawa ka lang ng mabuti para sa babaeng iyon", giit ng doktor, "magpapanggap ka lang sa loob ng ilang minuto na Peter ang pangalan mo".

Nagsimulang mag-alinlangan ang binata.

“Well, hindi naman ako magsisinungaling, kasi Peter ang totoong pangalan ko. Ngunit dapat kong malaman ang higit pa. Sino ba talaga ang babaeng ito?"

"Siya ay isang babaeng Ingles, isang tiyak na Sarah Richley."

Ang batang si Peter ay namutla at isang malalim na panginginig ang yumanig sa kanyang buong katawan, pagkatapos ay napabulalas siya:

"Ngunit ang aking ina!"

Nanay niya talaga iyon. Ang tadhana (o isang hindi kapani-paniwalang serye ng mga pagkakasabay) ay nangangahulugan na, sa pamamagitan ng hindi bababa sa limang pagkawasak ng barko, ang dalawa ay maaaring magsamang muli.

Para sa mga mahilig sa magagandang wakas, ang ginang, kasunod ng kagalakan ng paghahanap ng kanyang anak, ay nakabawi at nabuhay ng maraming taon nang hindi nawalan ng pakikipag-ugnay kay Peter, na nagpatuloy sa paglalayag.

Maraming mga mapagkukunan sa web ang nagdodokumento ng kuwentong ito, halimbawa

http://tardis.wikia.com/wiki/Sarah_Richley

Ang pastor ng Pentecostal na si Philip Harrelson ay naaalala ang kuwentong ito bawat taon sa kanyang sermon sa Araw ng mga Ina, tulad ng naka-post sa site

https://www.sermoncentral.com.

Ang ilan ay nangangatuwiran na ang kuwento ay hindi magiging totoo, dahil ang barkong City of

Leeds ay inilunsad pagkatapos ng 1829, ang taon kung saan naganap ang mga pangyayari. Sa katunayan, ang bawat dagat ay puno ng mga barko na may parehong pangalan. Narito ang ilang mga halimbawa. Bilang karagdagan sa 'City of Leeds' mula sa aming kuwento, isa pang barko na pinangalanang 'City of Leeds' ang inilunsad noong 1903, kasama ang kanyang kapatid na barko na 'City of Bradford'. Dalawa pang cargo ship sa ilalim ng pangalang 'City of Leeds' ay inilunsad noong 1908 at 1944.

Ang mga synchronicity ay mga emanasyon ng isang unibersal na Isip.

Ang tiyak na patunay na ang mga synchronicities ay hindi mga ilusyon ng ating psyche ngunit nagmula sa isang superior Mind ay matatagpuan kapag natuklasan natin ang pagkakaroon ng mga synchronic episodes na kinasasangkutan ng ilang tao sa pagbuo ng isang kaganapan na nakakaapekto lamang sa isa sa kanila, tulad ng sa hindi kapani-paniwalang pagkakasunud-sunod ng mga katotohanan. na kakabalita ko lang.

Ngunit hindi iyon sapat. Ang mga synchronicity ay hindi lamang nag-aalala sa buhay ng mga indibidwal o maliliit na grupo, ngunit ang kolektibong kapalaran ng mundo. Ginagabayan ng mga synchronicity ang mga komunidad ng mga tao, tao, bansa at buong mundo patungo sa mas mataas na antas ng kamalayan. Ito ay isang paglalakbay ng kultura at espirituwal na ebolusyon, isang layunin na maaari lamang nating isipin.

Ang Jesuit scientist na si Pierre Teillard de Chardin ay nagsasalita tungkol sa Omega Point, iyon ang pinakamataas na antas ng pagiging kumplikado at kamalayan kung saan ang uniberso ay tila may posibilidad sa ebolusyon nito.

Maraming nagtataka kung bakit ang tao ay nabuhay ng milyun-milyong taon, pagkatapos ng kanyang hitsura, sa halos malupit na estado ng Panahon ng Bato, para lamang gumawa ng isang hindi kapani-paniwalang ebolusyonaryong paglukso sa huling labindalawang libong taon. Sa isang maliit na bahagi ng oras na tayo ay napunta mula sa panahong bakal hanggang sa kung ano ang maaari nating tukuyin bilang "panahon ng impormasyon", ibig sabihin, ang panahon na ating kasalukuyang ginagalawan.

Makatuwiran na sa milyun-milyong taon na ang sangkatauhan ay hindi gumawa ng anumang makabuluhang ebolusyonaryong paglukso, kung hindi ang iba't ibang gawaing bato, upang pagkatapos ay sumabog sa isang crescendo ng mga bagong bagay, imbensyon, pagkuha ng mga bagong teknolohiya na nagbago ng mga lungsod mula sa mga grupo ng mga kubo na gawa sa pawid. sa malalawak na kalawakan ng mga skyscraper?

Kung ang lahat ay nakasalalay sa tao, dapat nating asahan ang isang unti-unting ebolusyon, na higit na kumalat sa paglipas ng panahon. Ngunit hindi, lahat ng ating pag-unlad, mula sa pagtuklas ng agrikultura at mga metal, ay naganap sa huling 0.003% ng panahon ng ating paglalakbay sa kasaysayan.

Lehitimong isipin na sa wakas, pagkatapos ng 99.997% ng ating paglalakbay, nagpasya ang "isang tao" o "ilang enerhiya" na ito na ang tamang panahon para sa sangkatauhan na "itulak", ginabayan tungo sa mas mataas na yugto ng pagkakaroon nito.

Sa huling tatlong siglo naranasan natin ang isang panahon ng malalim na materyalismo, kung saan ang pagkakaroon ng hindi matimbang sa balanse, sinusukat at muling ginawa sa laboratoryo ay tinanggihan.

Tila, ang isang buong serye ng mga pagkakasabay na umuunlad noong nakaraang siglo ay gustong humantong sa mundo sa kamalayan na ang kosmos ay hindi binubuo ng bagay lamang, ngunit ng bagay at pag-iisip. Ang gawain ni Jung, ang kanyang pakikipagtulungan kay Wolfgang Pauli, Nobel Prize sa Physics, at ang pag-unlad ng quantum physics sa pagtuklas ng phenomenon ng entanglement ay nagpapababa sa mga mito ng isang mundong gawa lamang sa bagay.

Ang bagong agham ay tinatanggihan ang isang uniberso na pinamamahalaan ng pagkakataon at hinuhulaan ang isang bagong evolutionary leap para sa sangkatauhan, kung saan ang mga dahilan ng psyche, na matagal na pinigilan, ay makakahanap ng kanilang lugar at ang kanilang kahalagahan.

Sige, pero... nasaan ang ebidensya?

Ang lahat ng nasabi hanggang ngayon ay bumangga, at patuloy na nagbanggaan, sa halos lahat ng siyentipikong kapaligiran na itinatanggi, bilang isang kasanayan, ang pagkakaroon ng anumang tinukoy bilang "psychic" o "espirituwal", na nangangatwiran na ang buong uniberso ay walang iba kundi bagay. Ang materyalistang konotasyon ng modernong agham ay isinilang noong ikalabing walong siglo, sa pagdating ng Enlightenment.

Ang tinatawag na "Enlightenment" period.

Ang Enlightenment, na isinilang noong 1700 sa England, ay isang pilosopikal, pampulitika, kultura at panlipunang kilusan, na hindi nagtagal ay umunlad sa buong Europa at umabot sa rurok nito sa France. Ang pangalan ay nagmula sa pagnanais ng mga tagapagtaguyod at tagasunod nito na maliwanagan ang isipan ng ibang mga tao na, sa kanilang palagay, noong mga panahong iyon ay natatakpan ng pamahiin at kamangmangan. Ang

Enlightenment ay niyakap at inendorso ng karamihan sa kultura at aristokratikong lipunan na, sa kabila ng mapait na mga salungatan sa bahagi ng eklesiastikal na kapangyarihan, ay nagwakas na namayani sa pamamagitan ng pag-orient sa mga kaugaliang panlipunan patungo sa mga halaga nito.

Mula sa mga unang pilosopo ay pinaniniwalaan na ang katwiran ay isang paraan ng pagmumuni-muni ng matataas na katotohanan, habang ang naliwanagan ay itinuturing na ang katwiran ay isang praktikal, pagpapatakbo at functional na kasangkapan para sa pagpapaunlad ng kultura at pag-unlad. Ayon sa mga nag-iisip ng Enlightenment, ang mga tagumpay ng katwiran ay wala na sa mga pilosopikal na haka-haka, ngunit sa mga praktikal na resulta na nakamit: ang katwiran ay kapaki-pakinabang kung ito ay makapagpaliwanag ng mga katotohanan at mga bagay nang makatwiran, nang hindi gumagamit ng mga metapisiko na argumento. Sa pagnanais na palayain ang mga tao mula sa hindi makatwirang mga takot sa hindi alam, pinananatili ng mga tagapagtaguyod ng Enlightenment na ang bawat tao ay nagtataglay ng isang intrinsic na kakayahan upang maunawaan ang katotohanan na nakapaligid sa kanya, ngunit dapat palayain ang kanyang sarili mula sa mga superstitious superstructure. Ayon sa teorya ng Enlightenment, ang mga superstructure na ito ay ipinataw ng isang kapangyarihan na interesadong mangibabaw sa lipunan sa pamamagitan ng pagpapanatili sa mga tao sa kamangmangan.

Ang mga intensyon ay mabuti. Sa kasamaang palad, ang lahat ng mga rebolusyon ay ipinanganak ng mabuting hangarin. Pagkatapos sa pagsasanay, pagkatapos hugasan ang sanggol, inaasahan ng isa na itapon siya kasama ng tubig na paliguan.

Masasabi nating ang mahabang alon ng Enlightenment ay patuloy na naghuhugas sa mga baybayin ng modernong agham.

Isa sa mga pangunahing prinsipyo ng Enlightenment materialism ay ang mundo ay isang makina. Ang makinang ito ay sumusunod sa kilala at umuusbong na mga batas ng pisika, at walang layunin. Walang katapusan sa kabuuang paglikha, at samakatuwid din sa pagkakaroon ng tao. Ang tao rin ay isang makina na gumaganap ng mahahalagang tungkulin nito nang walang anumang layunin hanggang sa ito ay masira at hindi na umiral.

Si Denis Diderot, co-author kasama si Jean-Baptiste D'Alembert ng sikat na Encyclopedia na inilathala sa 17 volume mula 1751 hanggang 1772, ay gumaganap ng papel ng isang siyentipiko kaya:

> "Ang siyentipiko, na ang propesyon ay upang turuan at hindi bumuo sa espirituwal, ay iiwan ang bakit, tumitingin lamang sa kung paano. Ang paano ay nakuha mula sa mga nilalang, at ang bakit mula sa ating talino... Gaano karaming mga walang katotohanan na ideya, gaano karaming maling mga pagpapalagay, kung gaano karaming mga chimerical notions ang makikita sa mga himno na ang ilang mga padalus-dalos na tagapagtanggol ng mga huling dahilan ay naglakas-loob na buuin bilang parangal sa Lumikha".
>
> *"The profession of the scientist is to instruct and not to give moral lessons. In his teachings he will leave aside the "why, "looking only at "how ".*
>
> *The "how" is derived from things, from beings. Instead, the "why" is only a fruit of the intellect. The intellect is not reliable. How many absurd ideas, how many false assumptions, how many chimerical notions*

are found in the songs in honor of the Creator!

Sa kabila ng pagtanggi na ito sa lahat ng espirituwalidad at sa kanilang pananaw sa isang walang layunin, batay sa pagkakataong katotohanan, ang Enlightenment ay kakaibang tumanggi na ituring na mga materyalista. Ilang ulit na inulit ni Voltaire na hindi siya nagkaroon ng lakas ng loob na magpasya alinman sa materyalismo o espiritismo.

Ang Panahon ng Enlightenment at ang mga Literary Salon.

Dahil mismo sa paglawak ng Enlightenment na nagsimula noong ikalabing walong siglo, ang panahong iyon ay kinuha ang pangalan ng Age of Enlightenment, o "Siècle des Lumières".

Kabilang sa mga pangunahing protagonista ay maaari nating banggitin ang French Voltaire, Montesquieu at Fontanelle, na gayunpaman ay kinilala na sila ay inspirasyon ng pilosopiyang

Ingles batay sa empirikal na katwiran at siyentipikong kaalaman, ibig sabihin, sa mga nangingibabaw na elemento ng pag-iisip ni Locke, Newton at Hume.

Nakatanggap ng malaking tulong ang Enlightenment mula sa mga literary salon.

Ang kultural na tradisyon ay naroroon na sa France.

Ayon sa tradisyong ito, regular na nagkikita ang mga tao sa tinatawag na "bureaux d'esprit".

Ang mga pagpupulong ng mga salon na ito ay inorganisa ng mga maimpluwensyang miyembro ng upper middle class o ng aristokrasya, na dati ay nag-aanyaya sa higit pa o hindi gaanong mga kilalang personalidad na makipag-usap at makipagdebate sa mga kasalukuyang isyu. Kilala ang drawing room ni Madame Geoffrin, na nag-aanyaya sa mga literary at philosophical celebrities gaya nina Diderot, Marivaux, Grimm, Helvétius.

Nakipagkumpitensya si Baron d'Holbach kay Madame Geoffrincl sa pamamagitan ng pag-aayos ng mga pulong na dinaluhan ng parehong mga karakter, pati na rin ang Abbé Galiani at iba pang mga pilosopo.

Ang kultural na sabaw na ito at ang katotohanan na ang kilusan ay mahalagang suportado ng aristokratiko o mataas na uri ng uri, unawain natin kung paano ang kanilang mga dahilan ay maaaring kumalat sa matataas na antas ng lipunan. Ang mga ideya ay hindi kumalat sa mga taong palayain.

Gayunpaman, kung hindi natin isasaalang-alang ang materyalistiko at ateistikong mga posisyon, tulad ng sa huling yugto ng pag-iisip ni Diderot, ang konsepto ng "Diyos" ay matatagpuan sa karamihan ng mga nag-iisip ng Enlightenment. Upang itugma ang natural na intuwisyon nila sa mga teoryang kanilang ipinahayag, sinubukan nilang ipakita ang pagkakaroon ng Diyos sa pinagmulan ng sansinukob sa pamamagitan ng siyentipikong mga argumento. Sa pagsisikap na ito, kung isasaalang-alang ang kahanga-hangang pagiging perpekto ng paglikha, sila ay dumating upang ipagpalagay ang pagkakaroon ng isang "walang hanggang geometer". Ito ang tanong na itinanong din ni Voltaire sa kanyang sarili:

> "Kapag napagtanto ko ang kaayusan, ang kahanga-hangang kasanayan ng mekanikal at geometriko na mga batas na namamahala sa

sansinukob, ang hindi mabilang na paraan at mga layunin ng lahat ng bagay, ako ay hinahangaan at paggalang... Kaya't inaamin ko ang pinakamataas na katalinuhan na ito nang hindi natatakot na ang aking maaaring mabago ang opinyon... Ngunit nasaan ang walang hanggang geometer na ito? Umiiral ba siya sa isang lugar o kahit saan, nang hindi sumasakop ng espasyo? Wala akong alam tungkol sa kanya".

"When I evaluate the order and the prodigious ability of the mechanical and geometric laws that govern the universe, I am taken by admiration and respect.

I admit this supreme intelligence. I am convinced of his existence and I am not afraid that someone could change my opinion.

But where is this eternal surveyor? Does it exist in a specific place or is it spread everywhere? Does it occupy a space or not? I know nothing about this. "

Sa kasamaang palad, walang bakas ng mga pag-aalinlangan na ito ang nanatili sa mga sumunod na siglo, at sa pang-agham na panorama ngayon ang konsepto ng "Diyos", kahit na ipinahayag sa isang kaduda-dudang anyo, ay ganap na nabura. Sa katunayan, ngayon, ang mga pang-agham na bilog ay, na may napakabihirang mga eksepsiyon, nakatuon sa materyalismo, sa kabutihang palad ay walang malaking tagumpay.

a katunayan, halos lahat ng tao mula sa iba't ibang panig ng mundo, maging ang mga nabuhay nang mahabang panahon sa ilalim ng pamamahala ng mga totalitarianismong ateistiko, ay patuloy na naniniwala na sila ay hindi mga makina o random na pagsasama-sama ng bagay. Naniniwala silang nagtataglay sila, bilang karagdagan sa katawan, din ng isang espirituwalidad at isang kaluluwa.

Ang mga batas ng klasikal na pisika na hindi masisira.

Ang pagtanggi sa mga katotohanang saykiko ay nagmula sa katotohanang ang mga ito ay makakatakas sa mga pisikal na batas kung saan nakasalalay ang uniberso gaya ng alam natin. Hindi lamang klasikal na pisika, kundi pati na rin ang relativity ay napapailalim sa malinaw at mahusay na tinukoy na mga panuntunang ito.

Ginagawang posible ng kaalaman sa mga batas na ito na mahulaan anumang sandali kung paano kikilos ang bagay na bumubuo sa katotohanan, ibig sabihin, mga bagay at bagay, mula sa ating sigarilyo hanggang sa pinakamalayong mga kalawakan.

Mayroong isang criterion ng mekanikal na kumokontrol sa kilalang uniberso. Ang bawat kaganapan ay nakasalalay sa isang dahilan, at siya namang nagiging sanhi na nagiging sanhi ng isang kasunod na kaganapan. Ang isang gumagalaw na katawan na tumama sa isa pang hindi kumikilos na katawan ay bumubuo ng isang thrust na maaaring kalkulahin nang may katumpakan, dahil ito ay nakasalalay sa bigat ng dalawang katawan at ang bilis ng una. Ang pangalawang katawan, sa turn, ay gumagalaw sa isang direksyon na maaaring mahulaan, hanggang sa isang pantay na predictable na distansya.

Higit pa rito, ang lahat ay nangangailangan ng daluyan upang gumalaw: tulad ng isang barko na gumagalaw sa tubig at isang kotse sa kalsada, ang musika at boses ay nagpapalaganap sa hangin, at dinadala ng mga sound wave.

Maaari nating isaalang-alang ang tatlong pangunahing batas.

Ang unang batas ay ang arrow ng oras. Ang oras ay umuusad lamang, at anumang kaganapan ay hindi maaaring mauna sa kung ano ang nangyari na. Ang pagkakasunud-sunod ng mga kaganapan ay natutukoy sa pamamagitan ng paglipas ng panahon, na hindi kailanman nagpapahintulot sa amin na bumalik, kahit na kung minsan ay gusto namin.

Ang pangalawa ay ang bilis. Walang makakagalaw nang mas mabilis kaysa sa bilis ng liwanag, na humigit-kumulang 300,000 km bawat segundo.

Ang pangatlo ay ang anumang puwersa, kabilang ang gravity at magnetism, ay bumababa sa kapangyarihan bilang isang function ng distansya. Ang puwersa ng gravity ng Earth ay nakakaimpluwensya sa Buwan, ngunit tiyak na hindi Europa o Ganymede, mga satellite ng Jupiter. Sa katunayan, ginagawa nito ito sa isang ganap na mas mababang lawak.

Katulad nito, ang isang magnet ay umaakit sa isang piraso ng bakal na inilagay sa isang tiyak na distansya: gayunpaman, kung ililipat natin ang bakal mula sa magnet, ang pagkahumaling ay bumababa hanggang sa ito ay tumigil.

Ang buong sansinukob ay sumusunod sa mga batas na ito, kahit na may ilang mga pagbaluktot na nakita ng teorya ng relativity. Samakatuwid, mauunawaan natin ang kahirapan ng agham kapag nabigo itong isipin ang posibilidad na may hindi sumusunod sa mga batas na ito, tulad ng extrasensory perceptions halimbawa.

Ang premonisyon ay hindi maaaring umiral dahil hindi muna malalaman ang isang bagay na mangyayari lamang mamaya. Saan maaaring magmula ang impormasyong ito? Walang pisikal na espasyo na maaaring maglaman ng hinaharap. Walang archive ng mga bagay na mangyayari sa mga susunod na panahon.

Ang pag-iisip ng tao ay madalas na sinipi upang sabihin na ito ay tiyak na naglalakbay nang mas mabilis kaysa sa liwanag, maaaring galugarin ang nakaraan at ang hinaharap at maabot ang anumang lugar ng uniberso, o anumang iba pang mga uniberso, na may parehong intensity.

Ang sagot ng agham ay napaka-simple: ang pag-iisip ay nakabatay sa ating utak at samakatuwid ay hindi gaanong gumagalaw, hindi umaalis sa braincase. Ang lahat ng elaborasyon nito ay ipinanganak at namamatay sa ilang cubic centimeter na iyon. Sa ganitong kahulugan, kahit na ang mga telepatikong komunikasyon ay hindi posible, dahil walang pag-iisip na maaaring lumabas sa isang ulo upang mag-flutter sa isa pang ulo.

Samakatuwid, upang i-postulate ang pagkakaroon ng isang saykiko na katotohanan tulad ng inilarawan sa unang bahagi ng aklat na ito, ito ay kinakailangan upang matuklasan ang isang dimensyon ng uniberso kung saan ang mga tuntunin ng klasikal na pisika ay hindi na wasto.

Sa dimensyong ito na katulad ng kolektibong hindi malay (kung mayroon man) ang mga ideya ni Plato ay maaaring umiral at gumana, gayundin ang mga archetype ni Jung.

Hanggang sa 1950, walang siyentipiko ang magtataya ng isang sentimo sa posibilidad na ito. Sa halip, sa nakalipas na mga dekada, ang quantum physics ay gumawa ng mahusay na mga hakbang sa pamamagitan ng pagsisiyasat ng bagay sa domain ng napakaliit. Ang posibilidad na ang isang eksklusibong saykiko na dimensyon, na katulad ng kolektibong hindi malay, ay talagang umiral ay nahulaan na sa simula ng huling siglo at sa wakas, sa mga taon mula 1980 pataas, ito ay napatunayang siyentipiko. Pinag-uusapan natin ang tungkol sa "quantum entanglement".

Pakikipagtulungan sa pagitan ng agham at pag-iisip ng tao.

Isa sa mga pinakamahalagang pagkakataon, sa malaking pagkakasabay na nangyayari sa loob ng ilang dekada na gumagabay sa sangkatauhan tungo sa isang ganap na naiibang konsepto ng sansinukob, hindi na isang magulong pagsasama-sama ng bagay na pinamamahalaan ng pagkakataon ngunit isang maayos na hanay ng mga bagay at pag-iisip. ginagabayan ng isang Universal na pag-iisip, ito ay tiyak na ang pagtatagpo sa pagitan ng Swiss psychologist at psychotherapist na si Carl Gustav Jung at ang Austrian scientist (na tatanggap ng Nobel Prize para sa physics noong 1945) na si Wolfgang Pauli.

Nagkita ang dalawa sa Zurich, kung saan nagpraktis si Jung bilang psychotherapist habang si Pauli ay Propesor ng Theoretical Physics sa Institute of Technology.

Ang pagpupulong ay naganap noong 1932, pagkatapos Pauli, hinimok ng kanyang ama na natatakot para sa kanyang kalusugan, ay humingi ng isang appointment kay Jung upang suriin ang posibilidad na magsagawa ng pagsusuri.

Sa katunayan, ginamit ni Pauli ang tulong ni Jung upang malutas ang ilang umiiral na mga problema na nagmula sa mga kaganapan kung saan siya ay kasangkot. Una sa lahat ang pagpapatiwakal ng ina na naganap ilang taon na ang nakalilipas, at ang kasunod na muling pagpapakasal ng ama sa isang babae na kasing edad ni Wolfgang. Huli ngunit hindi bababa sa, ang kanyang kasal kay Kathe Deppner, isang cabaret dancer, na nabigo pagkatapos ng ilang linggo.

Higit pa sa motibasyon para sa unang pagpupulong, nagsimula ang isang relasyon sa pagitan ng dalawang siyentipiko na tumagal ng hindi bababa sa dalawampu't limang taon, at nagresulta sa halos epistolaryong debate. Sa kanilang mga argumento ay parehong napunta sa mga limitasyon ng kani-kanilang mga larangan ng pag-aaral, pisika at sikolohiya, kaya bumuo ng isang tulay sa pagitan ng dalawang agham hanggang ngayon ay itinuturing na ganap na hindi magkakasundo.

Alam nila kung paano pagsamahin ang pagkamalikhain ni Jung sa higpit ng disiplinang pang-agham ni Pauli, nang hindi nakakahanap ng mga dahilan para sa hindi pagkakaunawaan na hindi maaaring pagtagumpayan, o mga argumento para sa paglabag.

Nilapitan ni Pauli ang pag-iisip ni Jung at seryosong ibinahagi ito, na nagtagumpay sa umiiral na kaisipan ng panahon, na humantong sa pagtukoy sa mga teoryang iyon bilang "walang anumang kahulugan". Napanatili niya ang isang kritikal na saloobin, ngunit sinubukang determinadong maunawaan ang mga ito.

Natural na ang pangunahing paksa ng diyalogo sa pagitan ni Jung at Pauli ay ang relasyon sa pagitan ng pisika at sikolohiya, iyon ay, sa pagitan ng psyche at matter. Mahalagang tandaan na si Pauli ay interesado sa synchronicity hindi gaanong upang masiyahan ang isang kultural na pag-usisa, ngunit dahil siya ay naniniwala na siya ay nasangkot ng ilang beses sa kanyang buhay sa synchronistic na mga yugto.

Noong 1952 ay naglathala sila ng isang libro nang magkasama, The Interpretation of Nature and Psyche (Naturerklarung und Psyche) kung saan nagmula ang pagbabasa ng parehong kanilang kasunduan at kanilang mga pagkakaiba.

Nag-ambag si Jung sa trabaho kasama ang kanyang trabaho na pinamagatang Synchronicity: an acausal correspondence principle, Pauli sa halip ay nag-ambag sa sanaysay na The influence of archetypes sa mga siyentipikong teorya ng Kepler. Dapat sabihin na si Jung ay nag-alinlangan nang mahabang panahon bago i-publish ang kanyang mga ideya, ngunit si Pauli mismo ang nagkumbinsi sa kanya na gawin ito.

Sa pangkalahatan, sina Pauli at Jung ay sumang-ayon na ang matter at psyche ay dapat na maunawaan bilang mga pantulong na aspeto ng parehong katotohanan, na pinamamamahalaan ng mga archetypes, na nauunawaan bilang karaniwang mga prinsipyo ng pag-order. Siyempre, ipinahiwatig nito na ang mga archetype ay mga elemento ng isang antas na lampas sa bagay.

Sa kanyang kapaligiran sa pagtatrabaho, pinuna ni Pauli ang katotohanan na ang pisika ay hindi kasama ang lahat ng may kinalaman sa espirituwalidad, damdamin at emosyon ng tao. Hinulaan niya na sa hinaharap ang relasyon sa pagitan ng panlabas na mundo ng bagay at ng panloob na mundo ng psyche ay hindi na maaaring balewalain.

Quantum entanglement.

Sa pisika, ang batas ng konserbasyon ng enerhiya ay isa sa pinakamahalagang sinusunod sa kalikasan. Sa pinaka-pinag-aralan at intuitive na anyo nito, ang batas na ito ay nagsasaad na kahit na ang enerhiya ay maaaring mabago at ma-convert mula sa isang anyo patungo sa isa pa, ang kabuuang halaga nito sa isang nakahiwalay na sistema ay hindi nagbabago sa paglipas ng panahon.

Sa kanyang aklat na "Feynman's Physics, Vol. I", si Richard Feynman, American physicist at science popularizer, Nobel Prize for Physics noong 1965, ay nagsasalita tungkol sa conservation law kaya:

> "May isang katotohanan, o kung gusto mo, isang batas, na namamahala sa mga natural na phenomena na kilala hanggang ngayon. Walang mga eksepsiyon sa batas na ito. Sa pagkakaalam natin ito ay tama. Ang batas ay tinatawag na "conservation of energy".
>
> Ito ay isang napaka-abstract na ideya, dahil ito ay isang matematikal na prinsipyo.
>
> Sinasabi ng batas na mayroong isang numerical magnitude, na hindi nagbabago, anuman ang mangyari. Ang batas ay hindi naglalarawan ng isang mekanismo, o isang bagay na konkreto: ito ay isang bahagyang

kakaibang katotohanan. Maaari naming kalkulahin ang isang tiyak na numero. Pagkatapos, kapag natapos na nating obserbahan ang kalikasan na gumaganap ng mga pagbabago nito, at muling kalkulahin ang numero, makikita natin na ang numerong iyon ay hindi nagbago...":

"There is a law that governs known natural phenomena. This law has no exceptions, so, as far as we know, it is correct. The law is called "conservation of energy", and it is really a very abstract idea, because it is a mathematical principle.

The law says that there is a numerical magnitude that does not change, whatever happens. His statement does not describe a mechanism, or something concrete. This is a somewhat strange fact. We can calculate a certain number that represents the total energy of the universe. Then we look at things as they change. When we finish looking at the nature that plays its games, and recalculate the number, we find that it has not changed."

Walang anumang pag-aalinlangan, maaari nating tanggapin na ang pangkalahatang enerhiya ng uniberso, habang maaari itong magkaroon ng iba't ibang anyo, ay nananatiling hindi nagbabago.

Ang batas na ito ay nagdulot ng napakalaking problema nang simulan ng isa na siyasatin ang antas ng subatomic, iyon ay, sa napakaliit.

Subukan nating maunawaan kung bakit.

Ang elementarya na mga particle ay may "spin", halos isang rotational movement. Ang pag-ikot na ito ay napapailalim din sa "batas ng konserbasyon".

Kaya, kung kukuha tayo ng isang electron na may spin zero at hatiin ito sa dalawang bahagi, ang isang bahagi ay magkakaroon ng spin +1/2 (kalahating positibo) at ang isa ay magkakaroon ng spin -1/2, (kalahating negatibo) upang ang kanilang kabuuan ay palaging zero tulad ng sa orihinal na elektron, at ang batas ng konserbasyon ay iginagalang.

Ipagpalagay natin na, kapag tapos na ito, kukunin natin ang dalawang bahagi at ilipat ang mga ito sa anumang distansya na maaari nating isipin. Obviously, kahit saan natin sila ilipat, hindi magbabago ang spin nila para hindi lumabag sa conservation law.

Ngunit magpatuloy tayo ng isang hakbang, kunin ang isa sa dalawang panig, sabihin ang isa na may kalahating positibong pag-ikot, at baligtarin ang pag-ikot nito upang ito ay maging kalahating negatibo.

Ano ang mangyayari sa puntong iyon? Nangyayari na ang ibang bahagi, nasaan man ito, ay sabay-sabay ding binabaligtad ang estado nito mula sa negatibong daluyan, gaya noon, patungo sa positibong daluyan. Iyon ay, ang tinatawag na correlated spin effect ay nangyayari: dalawang particle, na magkakaugnay habang sila ay ipinanganak na magkasama, ay nananatiling nakikipag-ugnayan sa isa't isa sa anumang distansya ng mga ito.

Kung ang isa ay nagbabago, ang iba ay nagbabago sa parehong oras, dahil ang batas ng konserbasyon ng uniberso ay hindi maaaring labagin, kahit na sa pamamagitan ng kalahating elektron.

Ang nasabing tulad nito ay maaaring mukhang maliit, ngunit kung iisipin natin, tinatanggihan nito ang lahat ng mga batas ng pisika na napag-usapan natin dati.

Ang bilis ng liwanag, na hindi kailanman malalampasan, sa katunayan ito ay sagana dahil ang dalawang particle ay maaaring nasa anumang intergalactic na distansya, kahit na isang bilyong light years mula sa isa't isa, ngunit kaagad, talagang sabay-sabay, ang bawat isa sa dalawa ay tumutugon sa pagbabago ng iba.

Ang arrow ng oras, ayon sa kung saan ang isang kaganapan ay dapat sumunod sa isa pa bilang isang resulta, ay nilabag. Sa katunayan ang dalawang bahagi ay hindi nagbabago ng kanilang pag-ikot ayon sa isang temporal na pagkakasunud-sunod, una sa isa at pagkatapos ay sa isa pa, ngunit sabay-sabay.

Maging ang konsepto ng causality (bawat pangyayari ay dulot ng ibang pangyayari) ay hindi na laging wasto para sa kasabay ng pagbabago.

Ang ikatlong prinsipyo na hindi iginagalang ay ang pagpapahina ng mga patlang ng puwersa, bilang isang function ng distansya. Dapat nating isipin na ang dalawang panig ay nagbabago nang mas masigla kapag sila ay mas malapit na magkasama, at sa pagbaba ng lakas hanggang sa hindi na sila nagbabago habang ang distansya ay tumataas. Hindi ito ang kaso: ang "buklod ng puwersa" na nagsasama sa dalawang particle ay nananatiling ganap at pare-pareho.

Ang hindi pangkaraniwang bagay na ito, ibig sabihin, ang bono na nag-uugnay sa dalawang partikulo, ay kinuha ang Ingles na siyentipikong pangalan ng "entanglement", isang salita na maaaring isalin bilang "intertwining, confusion". Ito ay tumutukoy sa koneksyon, na may higit na espirituwal kaysa pisikal na mga katangian, na itinatag sa pagitan ng dalawang partikulo na ipinanganak na magkasama. Medyo katulad ng nangyayari sa pagitan ng kambal.

Sa wakas ay maaari nating gawin ang pagmamasid na marahil ang pinakamahalaga: paano nakikipag-usap ang dalawang particle sa isa't isa? Malinaw na ang impormasyon na may kaugnayan sa pagbabago ng isa sa dalawang partido ay hindi dumadaan sa anumang espasyo at hindi naipaparating sa anumang paraan. Walang oras kung kailan ang impormasyon tungkol sa pagbabago ng isang partido ay nasa daan, at ang kabilang partido ay naghihintay na matanggap ito upang magbago. Walang impormasyon on the go.

Ang impormasyon ay sabay-sabay dito at doon. Simple lang, umiiral ang impormasyon. Ang parehong mga particle ay mayroon nito, na parang isa pa rin sila.

Pagkatapos ng teorya ay dumating ang mga eksperimentong demonstrasyon.

Ang novelty na ito, na iminungkahi ni Niels Bohr at ng kanyang pangkat ng mga siyentipiko (ang School of Copenhagen) habang inilalatag ang mga pundasyon ng quantum physics, mula 1927 pataas, ay hindi masyadong natanggap sa mundo ng siyensya. Sa partikular, natagpuan ni Albert Einstein na imposible ang teoryang ito. Naniniwala siya na, hindi maaaring hindi, ang pangunahing pangangatwiran ay mali at ang ilang piraso ay nawawala, ang ilang hindi kilalang variable, upang makarating sa mga resulta na mas sumusunod hindi lamang sa klasikal na pisika, kundi pati na rin sa kanyang teorya ng relativity.

Gayunpaman, si Einstein, habang kumbinsido sa kanyang mga argumento, ay masyadong matalino upang tanggihan o kutyain ang isang aspeto ng agham bago pa ito linawin nang may ganap na katiyakan. Samakatuwid, habang pinapanatili na mayroong isang pagkakamali sa teoryang iyon, kasama ang dalawang iba pang mga siyentipiko, noong 1935, iminungkahi niya ang sikat na eksperimento, na kilala bilang eksperimento sa EPR mula sa pangalan ng tatlong tagapagtaguyod (Einstein-Podolski-Rosen).

Isa itong eksperimento sa pag-iisip, ibig sabihin, batay sa pangangatwiran at mga kilalang batas. Ang ganitong uri ng eksperimento, kahit na teoretikal, ay hinuhulaan pa rin ang isang tiyak na resulta. Ang mga eksperimento sa pag-iisip ay ginagamit pa rin ngayon kapag walang teknikal o pang-ekonomiyang paraan upang maisagawa ang mga ito nang praktikal. Sa katunayan, ang eksperimento ng EPR ay nagtaas ng mga pagdududa tungkol sa kredibilidad ng pagkakasalubong, ngunit ito ay nakadepende rin sa komplikasyon ng mga pamamaraan kung saan ito ay halos nakamit.

Pagkalipas ng maraming taon, noong 1964, iminungkahi ni John Stewart Bell ang isang pinasimpleng bersyon ng eksperimentong ito sa isang artikulo, na nag-aanyaya sa komunidad ng siyentipiko na ipatupad ito.

Ang imbitasyon ay kinuha ni Alain Aspect, isang French experimental physicist na sa wakas, sa mga taon mula 1980 pataas, ay praktikal na nagsagawa ng eksperimento. Ang Alain Aspect ay nagpatuloy sa pamamagitan ng kapana-panabik na isang electron upang mapilitan itong magsagawa ng double quantum leap. Sa ganitong paraan nakuha niya mula sa electron ang paglabas ng dalawang elementarya na particle, dalawang photon, na maaaring ituring na magkakaugnay dahil ipinanganak sila mula sa parehong kaganapan.

Ang mga eksperimento ng Aspect ay nagawang kumpirmahin sa katunayan ang lahat ng mga hula tungkol sa gusot: ang mga particle ay kumilos nang eksakto tulad ng inilarawan sa teorya, na umiiwas sa lahat ng mahigpit na tuntunin ng klasikal na pisika. Sa mga sumunod na taon, ang eksperimento ay paulit-ulit at kinumpirma ng maraming iskolar. Ngayon, hindi na nararanasan ng mga laboratoryo ang pagkakasalubong ng dalawang particle lamang, kundi ng libu-libo o milyon-milyong mga particle.

Isang dimensyon na higit pa sa bagay.

Sa liwanag ng kasalukuyang mga natuklasang siyentipiko, maaari nating ipagpalagay na ang komunikasyon sa antas ng elementarya na mga particle ay nagaganap sa isang pamamaraan na ganap na independyente sa bagay, kung saan ang oras at espasyo ay hindi ginagamit ang kanilang kapangyarihan. Dito, dalawa o higit pang magkakaugnay na mga partikulo, bagama't pinaghihiwalay ng walang katapusang mga distansya, ay kumikilos na parang iisa.

Ang "espasyo" o antas kung saan ito nangyayari ay tinukoy bilang "hindi lokal" dahil hindi ito mailalagay kahit saan. Sa ngayon, binibigyang-katwiran ng agham ang pagkakaroon ng espasyong ito, kahit na hindi nito masusukat ang bigat o sukat nito, o mai-reproduce ito sa laboratoryo. Samakatuwid, ang iba pang mga konsepto ng pag-iisip ng tao na tumutukoy sa mga katulad na hindi lokalidad, tulad ng kolektibong hindi malay o ang Kaluluwa ng mundo, ay nagiging karapat-dapat din sa pag-aaral at pagsasaalang-alang.

Kung noon ay may gustong tumutol na ang hindi pangkaraniwang bagay na ito ay nangyayari lamang sa pagitan ng mga particle na naiugnay sa isa't isa sa laboratoryo, maaalala natin na ang buong uniberso ay ipinanganak mula sa isang malaking laboratoryo kung saan ang isang solong, malaking paunang pagsabog, na kilala bilang ang Big Bang. . Ang kaganapang ito ay nagbunga ng lahat ng bagay sa uniberso na, samakatuwid, lahat ay magkakaugnay at bumubuo ng isang solong katotohanan, ang Unus mundus nina Jung at Pauli.

Ano ang papel na ginagampanan ng mga pagkakataon sa aking buhay?

Ito ang tanong na ang bawat mambabasa, sa puntong ito, ay maaaring lehitimong bumalangkas habang naghihintay na makatanggap ng sagot. Alam natin na ang mga makabuluhang coincidence ay nangyayari, kahit na hanggang ngayon ay itinuring natin ang mga ito bilang kakaiba, minsan misteryoso, ngunit sa panimula ay hindi mahalagang mga katotohanan sa ating pang-araw-araw na buhay.

Sa pagsasagawa, ang mga makabuluhang coincidence, o sa halip ay mga synchronicities, ay mga pahiwatig na sinusubukang ipaliwanag ang mga intensyon ng isang Mind of the World. Ang bawat synchronicity ay naglalaman ng isang mensahe para sa atin, na kapaki-pakinabang upang gabayan tayo sa panloob na paglago. Sa kasamaang palad, ang wika ay simboliko at nagpupumilit kaming umayon sa tamang wavelength upang matukoy ang mga nilalaman nito. Ang isang quote mula sa American physicist na si Joseph Henry ay makakatulong sa amin na maunawaan ang konsepto:

"Ang mga binhi ng bawat mahusay na pagtuklas ay patuloy na naroroon sa hangin sa paligid natin, ngunit ang mga ito ay nahuhulog at nag-uugat lamang sa mga nakahanda na isipan."

"The seeds of every great discovery are constantly present in the air that surrounds us, but they fall and take root only in prepared minds."

Nakasanayan na nating iugnay ang iba't ibang pagkakataon sa pagkakataon, o sa kapalaran kapag negatibo, o kahit sa swerte kapag positibo. Upang sumipi ng ilang mas sikat na parirala, sinabi ni Arthur Schopenhauer:

"Shuffles ng tadhana ang mga card at naglalaro tayo."

"Destiny shuffles the cards and we play."

Habang si Louis Pasteur ay nagsasalita tungkol sa kapalaran:

"Ang kapalaran ay pinapaboran ang handa na mga isip"

"Fortune favors prepared minds"

Ang mga pahayag na ito ay nagpapahiwatig na ang bawat pagkakataon, na may halong dosis ng paghahanda, ay maaaring matiyak na makakagawa tayo ng mas magandang buhay. Ang paghahanda ay binubuo sa pag-alam kung paano hawakan, sa tamang mga sandali, ang mga gabay na palatandaan, tulad ng pag-alam kung paano basahin ang mga palatandaan sa kalsada habang nagmamaneho tayo ng ating sasakyan. Ang mga synchronicity ay mga guide-sign, mga palatandaan sa kalsada na simbolikong nagpapahiwatig ng direksyon.

Mahirap unawain ang mga simbolikong mensahe na tipikal ng espirituwal na dimensyon kapag tayo ay patuloy na nakalubog sa pisikal na dimensyon.

Pagkatapos ng lahat, tulad ng nabanggit na, ang mga synchronicity ay binubuo ng mga kaganapan na hindi nakakonekta sa isa't isa, nang walang sanhi at epekto na mga relasyon, na ipinamamamahagi sa mga hindi nauugnay na mga puwang at oras. Nagiging makabuluhan ang mga ito kapag naiintindihan natin ang mga ito, na iniuugnay ang mga ito sa isang proseso ng pag-iisip na hindi magiging makatwiran ayon sa karaniwang pamantayan. Sa katunayan, madalas nating iugnay ang mga ito sa hindi magkakaugnay na ugnayan.

Halimbawa, hindi natin isinasaalang-alang na ang nalaman natin noon ay dapat na nangyari sa ibang pagkakataon, ayon sa pang-araw-araw na lohika,

Nasa espirituwal na antas na nabuo ang kahulugang ipinahihiwatig natin sa synchronicity, at sa antas ng ating espiritu ay dapat nating siyasatin para malaman kung bakit natin iniugnay ang kahulugang iyon, sinusubukang ipaliwanag ito sa mga simbolo na taglay natin. Dapat nating gamitin ang mga simbolo na naroroon sa ating psyche, iyon ay, sa ating kamalayan o sa ating walang malay. Ang mga ito ay mga archetypal na simbolo na nagpakita ng kanilang mga sarili sa anyo ng synchronicity, ngunit hindi ito magagawa sa form na iyon kung hindi muna sila dumaan mula sa kolektibong subconscious sa ating indibidwal na walang malay. Ang mga simbolo na ibinubunga ng mga synchronicities ay hindi naiintindihan, dahil para sa mabuti o para sa mas masahol pa ang mga ito ay naroroon, nakaugat at magkakaugnay sa ating walang malay.

Paano i-decipher ang mga synchronicities.

Ang pagiging tiyak ng mga synchronicities, i.e. ang kanilang simbolikong karakter at ang malapit na link sa indibidwal na hindi malay, ay nangangahulugan na ang pag-decipher ng mensahe ay ipinagkatiwala halos eksklusibo sa tatanggap. Ang mga eksepsiyon ay ang mga propesyonal na therapist na may kakayahang tumuklas sa mga panloob na layer na kahit ang paksa mismo ay hindi kayang tuklasin nang may layunin.

Sa karamihan ng mga kaso walang sinuman ang nangangarap na pumunta sa isang psychotherapist upang matulungan upang ipakita ang simbolismo ng mga synchronistic na mensahe, kaya maaari kaming magbigay dito ng ilang pangkalahatang payo na makakatulong sa amin.

Ang una, malinaw naman, ay binubuo sa hindi pagsasaalang-alang ng mga makabuluhang pagkakataon bilang resulta ng pagkakataon, ngunit bilang mga mensahe na nagmumula sa isang nakatataas na Isip na nag-uugnay sa pagkakaisa ng sansinukob at gustong tulungan tayong manatiling maayos, iyon ay, mga benepisyaryo ng panloob na kagalingan.

Ang ikalawa ay binubuo sa pagtitiwala lamang sa sariling paghuhusga, na tiyak na ang pinaka-kwalipikado at ang pinaka-kaalaman upang ipaliwanag ang kaloob-looban ng isang tao sa paghahanap ng kahulugan ng mga simbolo. Ang mga simbolo ay pamana ng lahat ng sangkatauhan ngunit, sa parehong oras, malapit silang nakahanay sa ating ego, ating kultura at sa ating paraan ng pagtingin sa mundo. Masasabi nating ang simbolo ay parang dulo ng daliri: bilyun-bilyon sila, at sa parehong oras ay walang magkatulad: bawat isa ay may sariling kakaiba at hindi mapag-aalinlanganang mga fingerprint.

Ang pangatlong payo ay huwag magmadali sa pagbibigay ng mga kahulugan. Kadalasan ang isang synchronicity ay binubuo ng ilang mga kaganapan na kumalat sa paglipas ng panahon. Kailangan nating lumikha ng lihim na drawer sa isipan kung saan idineposito natin ang mga mensaheng hindi natin naiintindihan, at sa tuwing makakatanggap tayo ng bago kailangan nating pagdaanan ito kasama ang lahat ng hindi pa rin nareresolba. Ang pagsasanay na ito ay maaaring magbigay ng nakakagulat na mga resulta. Kung ang bawat kakaibang pagkakataon ay nagdudulot ng isang tiyak na sorpresa ngunit pagkatapos ay ibinasura namin ito nang mabilis, nanganganib kaming makagambala sa isang landas kung saan ito ay isang mahalagang hakbang. Sa katunayan, ang isang synchronicity ay maaaring magpakita mismo sa paglipas ng mga araw o buwan, o kahit na taon, at ang bawat bagong makabuluhang pagkakataon ay maaaring maging ang pagpipino ng isang nauna.

Tandaan natin na ang lugar kung saan nagmumula ang mga synchronicity ay madalas na tinutukoy bilang "non-locality", dahil hindi ito posible na mahanap ito sa kalawakan o sa oras. Sa di-lokal na antas ay walang espasyo at oras, at ito ay siyentipikong napatunayan ng quantum physics at ng kamakailang pagtuklas ng phenomenon na tinatawag na quantum entanglement.

Bilang karagdagan sa ikatlong piraso ng payo na ito, maraming mga iskolar at may-akda ang nagsusulong ng pagpapanatili ng isang coincidence journal. Sa talaarawan na ito maaari din nating isulat ang mga makabuluhang pangarap, i.e. ang mga pinaka nakaapekto sa ating pag-iisip.

Ang mga panaginip ay maaaring magkaroon ng "synchronistic" (o prophetic) na halaga kapag ang pinangarap na kaganapan ay aktwal na naganap, o kapag nagagawa nating magkaroon ng kahulugan ng isang kaganapan sa pamamagitan ng pag-uugnay nito sa panaginip.

Ang tatlong antas ng katotohanan.

Ayon sa ipinaliwanag sa mga nakaraang kabanata, isang napaka-ibang representasyon ng sansinukob ang lumilitaw mula sa isang nakasanayan nating isaalang-alang. Siyempre, lahat tayo ay patuloy na nakikita ang mundo tulad ng dati nating nakikita, dahil ang limang pandama na ibinibigay sa atin ng kalikasan ay iniayon upang maranasan ang mismong mundong ito. Nangangahulugan ang ating mahahalagang pangangailangan at mga pangangailangan sa kaligtasan na nakikita, nahawakan, naaamoy, naririnig at natitikman natin ang realidad sa dimensyon na umaayon sa ating sarili: sa katunayan, hindi natin kayang tuklasin ang malalayong kalawakan gamit ang ating paningin, at hindi rin natin masisiyasat ang buhay ng mga mikrobyo. . Hindi namin nakikita ang amoy ng pagsabog ng supernova o ang kulay ng mga molekula na bumubuo sa iba't ibang mga katawan. Ang mga ito ay mga pag-andar na higit pa sa ating mga elementarya na pangangailangan, at tanging sa mga ito ang ebolusyon ay naging napakahusay sa atin.

Karamihan sa mga frequency ay gumagawa ng mga kulay at tunog na hindi nakikita o naririnig sa amin. Ang pagpindot at panlasa, gaano man kapino ang maaari nating isaalang-alang ang mga ito, ay nagbibigay-daan sa amin na malinaw na makilala ang isang makitid na hanay ng mga panlasa at amoy.

Masasabi nating ang ating limang pandama ay medyo magaspang at napakalimitadong mga instrumento kumpara sa walang katapusang mga pagkakaiba-iba na ginawa ng uniberso.

Gayunpaman, mayroon din tayong dalawa pang pandama. Ang ikaanim na kahulugan ay intuwisyon, na nagpapahintulot sa amin na iproseso ang impormasyon na lubhang kapaki-pakinabang sa simpleng pang-araw-araw na buhay, kung hindi sa aktwal na kaligtasan.

Ang intuition ay isang kahanga-hangang tool na nagpoproseso ng aming mga karanasan upang bigyan kami ng payo sa pag-uugali.

Ang mga primitive na lalaki ay intuited ang lason ng mga berry o ang panganib ng kagat ng insekto. Ginawa nila ito sa pamamagitan ng pagsusuri sa kanilang kulay o hugis ng kanilang katawan.

Mula sa isang maikling pagsusuri ng isang sitwasyon, nakalkula nila ang mas malaki o mas mababang posibilidad ng panganib. Ngayon ay gumagamit tayo ng intuwisyon upang suriin ang mga tao at mga pagkakataon, at kadalasan salamat sa intuwisyon ay nagagawa nating hindi magtiwala sa mga taong gustong linlangin tayo o magtiwala sa mga makakatulong sa atin. Kaya tinutulungan tayo ng intuwisyon na matukoy ang mga positibo at negatibong panig ng isang pagkakataon, at kadalasan ay gumaganap ng isang mapagpasyang papel sa ating mga desisyon. Tiyak na ang intuwisyon ay isang hindi perpektong tool, ngunit tinutulungan tayo ng karanasan na pinuhin ito.

Natural na ang ikaanim na sentido, bagama't nakabatay lamang sa pag-iisip, ay walang mahiwaga: ang impormasyong ginagamit natin upang bumalangkas ng ating mga paghatol ay nakapaloob lahat sa ating memorya at sa ating kultural na background. Samakatuwid, ang intuitive na proseso ay ganap na panloob sa ating psyche, ngunit ito ay magkakaugnay din sa panlabas na mundo ng bagay.

Quantum level at non-local level.

Sinasabi sa atin ngayon ng kasalukuyang agham na, lampas sa pisikal na antas na halos hindi natin napapansin, may dalawa pang antas.

Ang pangalawa ay ang quantum level, ibig sabihin, ang kapaligiran kung saan ang mga elementarya na particle ay gumagalaw at gumagana nang walang anumang mga hadlang na may kinalaman sa macroscopic level ng matter. Tulad ng nakita natin, ang mga particle ay nagtatatag ng mga bono nang walang limitasyon ng espasyo at oras.

Iminumungkahi ng tampok na ito ang pagkakaroon ng ikatlong antas, ang hindi lokalidad, na hindi gawa sa materya kundi ng enerhiya at impormasyon.

Ito ang antas kung saan ang buong sansinukob ay konektado sa isang malaking pagkakasalubong, at naglalaman ng lahat ng impormasyon, iyon ay, lahat ng katalinuhan na nag-mature mula sa unang sandali ng pagkakaroon nito. Ang impormasyong ito ay sinusuportahan din ng walang limitasyong enerhiya na nagpapalipat-lipat saanman ito kinakailangan.

Ang ikapitong kahulugan.

Upang ma-access ang hindi lokal na antas, ang limang pandama ay hindi makakatulong sa atin, at hindi rin makakatulong sa intuwisyon. Kailangan natin ng ikapitong kahulugan, na dapat nating simulan na paunlarin. Bagama't ang ikaanim na sentido ay sumagip sa atin sa pamamagitan ng pagproseso ng impormasyong maingat nating naipon sa ating pang-araw-araw na karanasan, ang ikapitong sentido ay makapagbibigay-daan sa atin na makipag-ugnayan sa isang napakayamang deposito, ang lahat ng karanasan ng sansinukob. Mula sa depositong ito nakukuha ang mga premonisyon, mga pangitain sa hinaharap, at ang buong hanay ng mga phenomena na tinatawag nating extrasensory.

Ang antas ng hindi lokalidad ay palaging hinuhulaan ng bawat sibilisasyon, bawat pilosopiya at bawat relihiyon at ngayon ay mayroon tayong patunay ng pagkakaroon nito. Alam din natin na ang isang katalinuhan ay nangangasiwa sa paggana ng hindi lokalidad. Sa katunayan, paano ito mapapamahalaan ng pagkakataon?

Mula sa antas na ito nakakatanggap kami ng mga mensahe. Ang mga ito ay madalas na simboliko at tayo ay nagpupumilit na maunawaan ang mga ito, ngunit posible na ang sangkatauhan ay malapit nang makapagtatag ng mas mataas na antas ng pang-unawa.

Maaaring tawagin ng lahat ang antas na ito gamit ang pangalang gusto nila: Universal Mind, Global Mind, World of Ideas, Mind of the Universe, Collective Unconscious, Non-locality, Tao, Atman, God, Holy Spirit. Alam namin na ito ay umiiral, at alam namin na ang mga kapaki-pakinabang na tulong para sa paglaki ng mga indibidwal at para sa pag-unlad ng buong sangkatauhan ay nagmumula sa katawan na ito. Tinawag namin ang mga tulong na ito na "makabuluhang mga pagkakataon" o "pagkakasabay", ngunit kahit sino ay maaaring tumawag sa kanila kung ano ang gusto nila: mga inspirasyon, mga propesiya, mga paghahayag, mga himala.

Maaaring hindi natin alam kung ano ang ating pinag-uusapan, ngunit ang mahalagang bagay ay, gayunpaman, habang ang nakaraan ay tinutukoy natin ang malabo na mga hypotheses, ngayon tayo ay nagsasalita nang may higit na kumpiyansa at katiyakan ng isang mas mataas na antas, espirituwal o psychic, na talagang umiiral.

Bibliografia

Acheson David # One thousand eighty-nine and other magic numbers.
Aguirre Anthony # Zen and Multiverses
Allen Steve # Deceptions of logic
Ambesi Alberto # Panteismo
Amir Dan Aczel #Entanglement. The greatest mystery of physics.
Amir Dan Aczel # The Mystery of the Alef
Amir Dan Aczel # The God Equation
Anderl Sybilla # The universe and me. A philosophy of astrophysics
Angier Natalie # The canon of science. Guided tour from the infinitesimal to infinity for enthusiastic beginners...
Anthes Emily # Quick Guide for Brainiacs: The Mind
Armstrong David # What is metaphysics
Asimov Isaac # The Physics Book
Asimov Isaac # In the beginning. The book of genesis interpreted.
Asimov Isaac # The invisible universe
Baker Stephen # The secret power of mathematicians
BakerJoanne # Quantum Physics. 50 great ideas
Barbour Julian # The point of Janus. A new theory of time
Julian Barbour # The End of Time.
Barrow, Tipler # The anthropic principle.
Barrow John David # 1+1 does not (always) do 2
.
Barrow John David # From the Self to the Cosmos
Barrow John David # The numbers of the universe

Barrow John David # The Book of Universes. Complete guide to possible universes
Barrow John David # The mono within the world
Barrow John David # Infinity
Barrow John David # The universe as a work of art
Barrow John David # The Pictures of Science
Barrow John David # The Origins of the Universe
Barrow John David # Why is the world mathematical?
Beitman Bernard # Messages of coincidences.
Bergson Henri # Essay on the immediate data of consciousness
Berkeley George # Philosophical Works
Berti Enrico # History of metaphysics
Bocchi G, Ceruti M. # Origins of stories
Bodanis David # $E=mc^2$. Biography of the equation that changed the world
Bogdanov Igor # Before the Big Bang. The origin of the universe
Bohm - Khrisnamurti # Where time ends
Bohm - Khrisnamurti # The limits of thought
Bȫhm Conrad # The Keys of the Cosmos
Bohm David # Universe Mind Matter
Brockmn John # That's not true but I believe it
Bruno Giordano # Of the infinite universe and worlds
Bryson Bill # A Brief History of (Almost) Everything
Burgin Luc # Errors of science
Cambray Joseph # Synchronicity. Nature and psyche in an interconnected universe.
Campbell, Joseph # Dee. The mysteries of the divine feminine
Campbell, Joseph # The Inner Reaches of the Cosmos. The metaphor in myth and religion
Capra F. Luisi P.L. # Life and nature. A systemic view.
Goat Fritjof # The turning point
Goat Fritjof # The Tao of Physics.
Goat Fritjof # The science of life
Goat Fritjof # Towards a new wisdom
Cattabiani Alfredo # Planetarium
Cederquist John # Coincidences don't exist.
Cesati Cassin Marco # Non siamo qui per caso. Il potere delle coincidenze.
Chandrasekhar Sub. # Truth and beauty. The reasons for aesthetics in science.
Close Frank # Theories of everything

Scatti Monica # Buchi neri evanescenti
Coppens Yves # The construction of prehistory
Couliano Joan # The journeys of the soul
Coustè Alberto # Brief history of the devil
Currivan Jude # The Cosmic Hologram
D'Ancona Vittorino # Greek mythology
Damasio Antonio # Emotion and conscience
Damasio Antonio # Descartes' error. Emotion, reason and the human brain
Dask Mike # Beyond Borders
Davies Paul # How to build a time machine
Davies Paul # God and the new physics
Davies Paul # The last three minutes
Davies Paul # The Mysteries of Time. The universe after Einstein
Davies Paul # The Intelligent Cosmos
Davies Paul # The fleeing universe
Davies Paul # The Mind of God
Davies Paul # Are we alone?
De Santillana Giorgio, Von Dechend Hertha # Hamlet's mill. Essay on myth and the structure of time.
Du Sautou Marcus # The perfect mess
Du Sautou Marcus # The Million Dollar Equation
Du Sautou Marcus # The impossible theories. What are the limits of science?
Dumezil Geoges # Archaic Roman religion
Albert Einstein # Albert Einstein. Relativity and new physics
Einstein Albert # The world as I see it
Einstein Albert # Thoughts, ideas, opinions
Einstein, Infeld # The evolution of physics
Ekelan Ivar # Chaos
Facchini- Magnani # Myths and rites of prehistory
Faggin Federico # Irriducibile, Conscience, life, computers and our nature
Faggin Federico # Silicon
Falletta Nicholas # The Book of Paradoxes
Federrici Vescovini G. # Magico Medioevo
Ferris Timothy # The Adventure of the Universe. From Aristotle to quantum theory and beyond: a never ending story
Albertini Foundation # Prove e indizi dell'aldilà
Andrea Sardos Foundation # Prove e indizi dell'aldilà. Il caso Andrea
Ford Kenneth # The quantum world. Quantum physics

Franks E.M. # Carl Jung's theory of psychological types
Fraser J. T. # Time: an unknown presence
Frazer James # The golden branch
Friedman Richard # Who Wrote the Bible?
Gallippi Angelo # Federico Faggin. Il padre del microprocessore
Gamow George # Gravity
Gamow George # The Adventures of Mr. Tompkins. Daedalus Editions
Gamow George # New World of mr. Tompkins. Zanichelli
Gamow George # Thirty Years That Shocked Physics
Giacomelli Giorgio # Dal quark al big bang
Giuliodori Lucio # Sul concetto di sincronicità: Jung tra psicoanalisi e quantismo
Giuliodori Lucio # Tra fisica e metafisica. Alcune implicazioni
Atlanti Giunti # Geografia generale, astronomia e cartografi
Gleick James # Chaos. The birth of a new science
Goldman Jane #Xfiles. The Book of Incredible Facts
Goswami Amit # Quantum Guide to Enlightenment. Mediterranean Editions
GrazianoMichael # Rethinking conscience
Grecchi Vittorio # The brain field lies
Greek Peter # The origin of the universe
Greene Brian # Until the end of time. Mind, matter and the search for meaning in an ancient universe
Greene Brian # The elegant universe. Superstrings. hidden dimensions and the search for the ultimate theory.
Greene Brian # The Elegant Universe
Greene Brian # The Hidden Reality
Greene Brian # The hidden reality - parallel universes and profound laws of the cosmos. Philosophies of sciences
Greene Brian # The plot of the cosmos. Space, reality.
amazing things happen every day
Harner Michael # The Way of the Shaman
Harrison Edward # The Masks of the Universe
Hawking - Penrose # The nature of space and time
Hawking Heckler # The Grand Design.
Hawking -Mlodinov # From the Big Bang to black holes. Brief history of the universe. Mondadori
Hawking Stephan # Holes nr and newborn universes
Hawking Stephen # The universe in a nutshell. Oscar Saggi Mondadori.

Hawking Stephen # The Great History of Time. Mondadori
Stephen Hawking # The Theory of Everything. Origin and destiny of the universe. Mondadori.
Hawking Stephen # Gazing up at the stars
Heckler Richard # Coincidences
Heidegger, Martin # What is metaphysics?
Heidegger, Martin # The concept of time
Heisenberg Werner # Physics and Philosophy
Hermann Greta # Physics and philosophy
Higfield, Roger # The Science of Henry Potter
Hillman, James # The Soul Code
Huxley Aldous # Brave New World. Back to the new world.
Jaffè Aniela # Dreams, prophecies, apparitions
Jaynes Julian # The Breakdown of the Bicameral Mind and the Origin of Consciousness
Johnson Steven # Where great ideas are born. Natural history of innovation
Joseph Frank # The Power of Coincidences. The meeting point.
Jou David # Rewrite Genesis. In search of the mathematical formula of creation
Jung Carl # Animus and anima
Jung Carl # Experience and mystery
Jung Carl # The Red Book. Liber novus.
Jung Carl # Jung speaks Interviews and meetings
Jung Carl # The analysis of dreams. The archetypes of the unconscious. The synchronicity.
Jung Carl # The ego and the unconscious
Jung Carl # Man and his symbols
Jung Carl # The psychic dimension. Collection of writings.
Jung Carl # Psychology of the unconscious
Jung Carl # Memories and reflections.
Jung Carl # Psychological types
Kaku Michio # The future of humanity
Kaku Michio # Hyperspace
Kaku Michio # The divine equation
Kane Gordon # The Garden of Building Blocks. Longanesi
Karsenti Eric # A Brief History of the Origins of Life. From the cell to the human being, the most beautiful story ever told: ours
Kauffman Stuart # Reinventing the sacred
Krauss Lawrence # The Universe from Nothing
Krauss Lawrence # The Physics of Star Trek

Kumar Manjit # Quantum. From Einstein to Bohr, a new idea of reality.
Kundera Milan # Immortality
Kung Hans # Chinese Christianity and Religiosity.
Lanza R. + Herman # Biocentrism
Lanza Robert # The grand biocentric design
Lanza Robert # Beyond biocentrism
Laszlo Erwin # Science and the Akashic Plan
LaszloErvin # The Immortal Mind
Ledoux Joseph # The emotional brain
Licata Ignazio # Observing the Sphinx. DiRenzo Publisher.
Lindley David # Einstein's moon
Lipton Bruce # The Biology of Belief
Lurker Manfrd # Dictionary of Biblical Pictures and Symbols
Massimini Tononi # Nothing greater
Mavaldi Marco # The two heads of the tyrant. Mathematical methods for freedom
McTaggart Lynne # The secret force of the universe. The zero point field
McTaggart Lynne # The Bond. The quantum link
Mecacci Luciano # Identikit of the brain
Michell John # Astroarchaeology
Mullis Kary # They dance naked in the field of mind
Musso Paolo # Science and the idea of reason. Science, philosophy and religion from Galileo to black holes and beyond.
Muzzio Publisher # Caos. Una scienza per il mondo reale
Nagel Thomas # A very short introduction to philosophy
Neumann Erich # History of the origins of consciousness
Nietzsce # Beyond good and evil
Nietzsche Friedrich # Thus Spoke Zarathustra
New Syntheses # Galileo Newton Einstein
O'Keane Veronica # The Bazaar of Memory. How we build memories and how memories build us
O'Regan J. Kevin # Why colors don't play. A new theory of consciousness
Pauli Wolfgang # Psyche and nature
Pearson Carol S. # The hero within us
Peat David # The Paths of Chance
Peat David # Synchronicity. A union between matter and psyche. Magi Editions

Peiretti Federico # Il matematico si diverte. Duecento giochi e puzzle che hanno fatto la storia della matematica
Pellegrini Massimo # Fisica quantistica per principianti
Penrose Roger # The Universe is still a secret
Penrose Roger # The Emperor's New Mind
Penrose Roger # The road that leads to reality
Perconti Pietro # Conscience. Philosophical lexicon
Pichot André # The birth of science. Mesopotamia, Egypt, Ancient Greece
Pim van Lommel # Consciousness beyond life
Pinotti-Baccarini # Italia esoterica
Popper Karl # The ego and its brain. Armando Publisher.
Powell Arthur # The astral body and related phenomena
Prattico Franco # From chaos… to conscience
Privitera Agata # MBT The Myers-Briggs theory and the 16 personalities
Proverb Edward # Archaeoastronomy
Radin Dean # Interconnected Minds. Psychic phenomena explained by quantum physics.
Ramorino Felice # Classic mythology illustrated
Randall Lisa # Curved passes. The mysteries of the hidden dimensions of the universe
Ranucci Stefano # Physics of the other world. When consciousness and quantum physics explain the paranormal
Reda Giuseppe # Energy and its forms of existence
Reeves Hubert # Cosmic Evolution
Regge Tullio # Infinity
Renn Jurgen # The evolution of knowledge
Rey Olivier # Itineraries of bewilderment. What if science were a great metaphysical enterprise?
Rezzolla Luciano # The irresistible attraction of gravity. Journey to the discovery of black holes
Robinson Richard # Why does toast always fall buttered side up? The brilliant scientific explanation of Murphy's Laws
Rodriguez Pepe # God was born a woman
Rowan Robinon # The nine numbers of the cosmos. The origin and nature of our universe
Rucker Rudy # The Fourth Dimension. A guided journey into higher order universes
Russel Bertrand # Dictionary of physical and moral logic
Russo Lucio # The forgotten revolution. Greek scientific thought

Russo Michele # Is life a "case" of matter?
Essay Isabella # Age, if any
Sale Musio Carla # Communicating with those who no longer have a body
Sarle John # The Mystery of Conscience
Schoch Robert # The voice of the stones. Lost civilizations
Searle John # The mind
Sheldrake Rupert # The Extended Mind. Hooray.
Sheldrake Rupert # The illusions of science. Hooray.
Siegfried Tom # The Number of Heavens. A story of the multiverse and the quest to understand the cosmos
Sigman Mariano # The Secret Life of the Mind. How our brain works when it thinks, feels, decides
Singer Charles # A Brief History of Scientific Thought
Sissa ISAS laboratories # Chaos and complexity
Smith Michael # Jung and shamanism.
Smolin, Lee # Einstein's Unfinished Revolution. The search for what is there
Sorensen Roy # Philosophical Wonder Room
Sparzani and Panepucci # Jung e Pauli. La corrispondenza originaria:
Stanzani Maserati # Consciousness and meaning
Stapp Henry# Quantum Theory and Free Will. Springer International Publishing.
Stavros Joshua # Shamanism
Stein Murray # The principle of individuation. Towards the development of consciousness
Stenger Victor # Why Science Doesn't Believe in God. Faith's Lost Challenge to Reason
Styer Daniel # Really understanding relativity. Discovering Einstein's theory
Sun-Tzu # The Art of War
Surace Graziano # The Quantum of Challenge
Surprise Kirby # Sincronicità. Comprendere e utilizzare coincidenze significative
Talbot Michael # All is one. Feltrinelli
Teodorani Massimo # Bohm. The physics of infinity.
Teodorani Massimo # Entanglement. The entanglement in the quantum world: from particles to consciousness.
Teodorani Massimo # The great celestial numbers
Teodorani Massimo # The atom and the elementary particles. Macro Editions

Teodorani Massimo # The creative mind. From the physical universe to intelligent life. Macro Editions.
Teodorani Massimo # Telling the universe. Popular introduction to astrophysics
Teodorani Massimo # Synchronicity. The link between physics and psyche. From Pauli to Jung to Chopra.
Teodorani Massimo # Teleportation
Teodorani Massimo # Tesla. A brillant idea
Tesla Nicola # My inventions. The autobiography of a genius
Tesla Nikola # On increasing human energy
Frank Tipler # The physics of immortality. Double day.
Tong Ziya # When you look at the world and you don't see it
Toni Paolo # Mathematical sparks. Games and competitions of creativity and logic
Tononi Edelman # A universe of consciousness
Tononi Giuio # PHI A journey from the brain to the soul
Vaas Rudiger # Hawking. Universe, space, time
Vacca Roberto # You too are a mathematician
Vafa Cumrun # Puzzles to decipher the world
Vassallo Nicola # Philosophies of the sciences
Vidali Paolo # History of the idea of nature. From Greek Thought to Anthropocene Consciousness
Vincenzo Lorenzo # Enlightenment.
Vitebski Piers # Shamans
Von Franz Marie-Louise # Divination and synchronicity. Psychology of significant coincidences
Von Franz Marie-Louise # Fairy tales interpreted
Von Franz Marie-Louise # Psyche and matter
Von Franz Marie-Louise-ok # Psychological typology. The functions of consciousness: thinking and feeling, intuition and sensation
White John # The meeting of science and spirit. Publishing Practices.
Widmann Claudio # Introduction to synchronicity. Magi Editions.
Widmann Claudio # Synchronicities and significant coincidences. Magi Editions.
Wiener Anna # The dark valley
Wigner Eugene # The unreasonable efficacy of mathematics in the natural sciences
Wilber Ken # Quantum Issues
Wilson Edward # Wonderful Harmony
Wolf Fred # Time loops and space twists. How God created the universe. Find out why space, time and matter are closely connected

Wolke Robert # To his barber Einstein told it like this. Daily life and scientific questions
Zeilinger Anton # Einstein's Veil
Zeilinger Anton # The dance of photons
Wandering Dionysus
Zoppi Giorgi0 # Cosmology with six difficulty levels

Natapos ang pag-print noong Hunyo 2023

Si Bruno Del Medico, blogger, manunulat, Italyano na publisher, ay nagdadalubhasa sa pagpapakalat ng mga isyu na may kaugnayan sa panlipunang kasalukuyang mga gawain at ang mga bagong hangganan ng agham. Siya ang may-akda ng maraming teksto na may kaugnayan sa kamakailang pandemya. Naglalathala ang Del Medico ng serye ng mga aklat na dalubhasa sa quantum physics at metaphysics.

www.ingramcontent.com/pod-product-compliance
Lightning Source LLC
LaVergne TN
LVHW051105051026
849532LV00004BB/1446